Kusaidia Kwa Familia

Daktari Roy W. Harris

Kusaidia Kwa Familia

Chapa yake 2016

Na

Dr. Roy W. Harris

ISBN 978-0-9972816-2-0

Soft cover

Dr. Roy W. Harris

906 Castle Heights Ave.

Lebanon, Tennessee 37087

Roy@royharris.nfo

615-351-1425

Unaweza kuuliza kupitia

www.royharris.info

www.amazon.com

KIMETAFSIRIWA NA KUANDIKWA KWA LUGHA YA KISWAHILI
NA MR.ANTHONY LUSICHI MBUKHITSA
SANDUKU LA POSTA 4727-30100
ELDORET- EAST AFRICA KENYA.
NAMBARI YA SIMU N I: +254 728 002 508
BARUA PEPE (anthonylusichi05@yahoo.com)

RHM

Publications

Kusaidia Kwa Familia

SHUKRANI KUU KWA

Amy D. Harris, Kwa upendo wake wa kunitia moyo wa kwendelea na mpango huu napia huduma yote kwa jumla.

Missy pamoja **Aaron** wanangu wa ajabu nawake zao (wa kwanza Tim na Susan) na pia kwa watu wazima walio wa ajabu na kufanyike wazazi wema.

Marrissa, Nahason, Claire, Lauren na **Rachel.**
Wajukuu wangu wanaoleta pawpaw na nini
furaha tele jinsi hii (lila mmoja wao niwa dhamana kwangu)

Diana L. Harris aliyenisaidia kama kijana, kujifunza kuhusu ndoa, maisha pamoja na kuwalea watoto kwa njia ya kiungu katika kumtumikia Bwana.

Dr. Jack Williams mlezi wangu katika taaluma ya uandishi kwa kunitia moyo.

Kusaidia Kwa Familia

MWONGOZO WA MAELEZO

Kusaidia Kwa Familia

Utangulizi

Sikukuu atimaye iliwadhia, watasamaji wanainuka chini ya amri ya kiongozi na kwa upole macho yanaelekezwa lango la kanisa ukumbini mwa kanisa wanasifu wanaimba nyimbo za furaha kwa kumpokea Bi arusi anapoingia.

Hii arusi aliyerembeshwa akichitokeza na kungaa kama malaika mlangoni chaguo lake la mavazi meupe ya arusi uso uliofunikwa na nywele zilizoshikwa, sinahashiria heshima ambayo ni Bi arusi pekee analomiliki kwenye siku ya arusi.

Macho yake Bwana arusi yamekamatwa na macho ya Bi arusi wake. Kwa uvumilifu mwingi anangojea Bi arusi afike, hatua chache ya kuunganishwa naye muda wote wa sherehe ya arusi.

Amevalia vazi nzuri ambalo hajawahi livaa pamoja na

sharti lake leupe na viatu vinavyong'aa.

Maharusi wanahapa kuishi pamoja kwa magumu na mepesi, hata magumu yakija mradi wote watakua hai sasa wao wawili wamekua nafuraha, kicheko na tumaini kwa kua wataishi muda mrefu pamoja.

Kwanza kuendelea miaka michache ya utofauti, maharusi ambao hawakuweza kuongoja na hata kukaa pekee katika arusi yao, sasa wanajipata katika hali ambayo hakuna mtu anamhitaji mwenzake wawe kwenye chumba kimoja.

Sasa makosa madogo yanaleta shida katika uhusiano wao kwendelea, wakili anachukuliwa na maharusi na wanakili wao wameketi katika mkutano wakiwasiliza wakiweka mambo yao wazi mbele zao.

Nakala za karatasi zimekwisha kuandaliwa mahamuzi yamewekwa na talaka inakubaliwa. Wanandoa wako tayari kuweka sahihi kwa nakala muhimu itakayo haribu ndoa yao, sahihi na haki zinazohitajika kwa ajili ya watoto kutembea na kisha wanagawanya mali yao.

Wacha tuende kwa mfano mwingine katika hospitali ya nyumbani na mwanandoa. Mwezi umepita tangu mwanandoa alipopokea habari kwamba yule mtoto atakua akijiunga na kukaa katika familia yao.

Machungu yakijifungua yaliaanza masaa machache yaliyopita. Mume na mke wako karibu kuitwa mama na baba. Walikua na wakati mwema katika kujifungua pamoja kuona, kukuza, kushika, kunuza, hichi kipawa cha ajabu kutoka kwa Mungu milele kimebadilisha maisha yao.

Wakimleta mtoto mchanga nyumbani na changamoto ya ulezi wa mtoto umeanza. Kwa miaka 18 na mtazamo wao wa kifedha na mambo mengine ungelikuwa kwa mtoto anapokua katika nyumbani mwao.

Kusaidia Kwa Familia

Mtoto amekua furaha ya ajabu katika nyumba yetu kwa miaka 12 na saidi. Hasa sana usiku wazazi wanatambua mabadiliko makubwa kuhusiana na nia halali ya karibuni mwanao kua akipalehe. Hawajawahi kuota kuwazia kwamba wangelikua na wakati na maisha magumu.

Siku ya msimamizi wa shule ya mtoto matokeo yakiwa mabaya na watoe jinsi anavyoendelea, ya mefika kwa wakati kutoka kwa mwalimu baada ya muda.Sasa mwalimu mkuu anasema mtoto hali yake ya nidhamu shuleni haikua nzuri.
Basi mzazi atafanya nini? Niwapi walikosea? Sasa wafanye nini?

Hata hivyo masomo mawili yaliyo thihirishwa hapo juu pamoja na wengine kama vile isingelitangazwa ni ya kawaida katika karne ya 21 pamoja na tamaduni zake. Karibu nusu ya ndoa yote inamalizia katika talaka. Takrimu zaonyesha kwamba watoto waliolelewa katika jamii za kikristo hujikuta katika hali hiyo ya mtego wakutokua na nidhamu.

Lakini kuna tumaini kwa ndoa pamoja na watoto wetu. Bibilia ndicho kitabu kikuu cha hekima na uelekezo ambao haujawai kuandikwa, ikifafanua majukumu ya uhusiano, pamoja na faida na kulea watoto.

Lengo la kitabu hiki ni kutoa hisia ya kweli na kanuni. Kwanza zitastawisha ndoa, kuwalea watoto na kuweka mazingira nyumbani mahali wazazi na watoto wanajenga uhusiano wa kudumu, kwa kuelewa Mungu ni nani na jinsi anaweza kuwasaidia.

Mashauri ya kutendaji yaliyopeanwa kwa kitabu hiki msingi wake ni Bibilia. Miaka 40 ya ufanisi na ujuzi, mashauri yasiona hesabu kwa wanandoa. Wakifanya kwa karibu kama wasimamizi wa chuo kukiwa na mamia ya wanafunzi. Wakiwa wachungaji kwa familia zao, nikilea watoto wangu wawili sasa anajifunia kua babu wa wajukuu

Kusaidia Kwa Familia

wa tano.

Kulea watoto katika adabu na kuheshimu wazazi na kutoa nafasi kwake Mungu na neon lake litahitaji mtazamo na kufuatilia kwa wazazi.

Kwa kweli hakuna ndoa kamilifu, Wazazi wakamilifu au watoto wakamilifu. Lakini kuna Isia zenye nguvu na kanuni zinazojengwa katika msingi wa neneo la Mungu inayoweza kukamilisha watu katika hali ya kua wazazi wema na kulea watoto wema.

Soma kitabu hiki ukiwa na ufahamu wazi kimawazo kwanza elewa kwamba haina kila jawabu. Masingara ni tofauti na watu wafamilia wako tofauti, muulize Mungu akusaidie kunukuu kwa kitabu vitu vitakavyo kusaidia katika, kushauri, kutia moyo na kukusaidia kufanya nyumba yako iwe bora.

Mlango Wa 1

Nipende kwa moyo, nipende kwa kweli

Kusaidia Kwa Familia

2 Wakorintho 9:6-9

6 Lakini nasema neon hili, Apandaye hapa atavuna hapa, apandaye kwa ukarimu atavuna kwa ukarimu **7** kila mtu na atende kama alivyo kusudia moyoni mwake, si kwa Huzuni, wala si kwa lazima ; maana Mungu humpenda yeye atoaye kwa moyo wa ukunjufu **8,** Na Mungu aweza kuwajaliaa kila neema kwa wingi, ili ninyi, mkiwa na viziki za kila namna siku zote, mpate kusidi sana katika kila tendo Jema, **9** kama ilivyoandikwa, ametapanya amewapa maskini haki yake yakua milele.

Usiku mmoja, mtu mmoja aliamua kumuonyesha mkewe jinsi na kiasi anavyompenda sana. Baada ya chakula cha jioni alianza kukariri ushairi kuhusu mapenzi, akimuelezea kwamba inampasa apande mlima ili awe karibu naye, aogelee katika bahari kuu, kuvuka jangwa wakati jua kali na niketi karibu na dirisha lake kisha niweze kuimba wimbo wa mapenzi kwake wakati wa mwezi mwandamo usiku.

Baada ya kumsikiliza niendelee kwa muda kuhusiana na upendo wa ajabu jinsi hii alimalizia maongeo kwa swali moja lakini mwisho wasomo hili nitamalizia kwa kuwapa jinsi alivyo jibu.

Kusaidia Kwa Familia

Kwa nini euphoria pamoja na furaha ya kupoozwa na siku ya ajabu ya kwanza ya ndoa, tafadhali kuharibika kwa haraka ambayo inaishia miaka michache katika talaka? Saidi ya nusu yao wanaosema kwa hakika nimeamua kwamba siwezi ataivyo ni nini hufanyika? Kwa nini ndoa hii haidumu?

Wanandoa wengi ujiunga na ndoa wakiwa na matarajio makubwa. Wanakosea wakidhani kua Yule wanayeoana naye ni mwaminifu. Wanadhani kua wanafahamu kile mwenzake anafikiri wanaamini kua wapenzi wao mahitaji yao yanafanana na mahitaji yamwenzake.

Mara tu anapoolewa upya na mtazamo wao uhisiano wao kwa haraka unaanza kupunguzwa na hali na masumbuko ya kawaida maisha.

Miaka na miezi ya kwanza katika ndoa ni ya muhimu sana nyakati hizo za kwanza huweka msingi na mtindo utakaosaidia ndoa kukaa na kunawiri ama kuwaelekeza katika hali ilivyo mbaya ya kushindwa.

Upendo ni kama watoto wanao palehe nakuishi, kujifunza, na kukua kufikia ukomafu wa utu uzima. Nilikua na miezi minne ikiwa imepita na ilikua ni sherehe yangu ya kuzaliwa ya 19 hapo ndipo nilipoingia katika atua ya kuonekana katika maeneo ya uhuni na kua na majukumu ya kindoa.

Sikujua mengi kuhusu ndoa, kwa kweli sikujua chochote kuhusu ndoa. Kile nilijua ni kwamba nalimpenda hivyo mrembo, nywele zake nyeusi, mtazamo wa zambarau.

Diana mke wa kwanza wake Roy ambaye baadaye alifariki
 kutokana na magonjwa ya saratani ya matiti.

Haikunichukua muda mrefu kwangu mimi kutambua utofauti.

Kusaidia Kwa Familia

Nilazima niungame kwamba ni jambo jipya, maana tuliingia kwa ndoa kama watu wengine ufanya nikiwa sina habari kabisa kujua jinsi ndoa ilivyo.

Chanzo moja tulitambua kwa haraka. Ndoa ni kazi, kazi ngumu zote kwa pamoja tulikua pale nyumbani maahali kazi ilikua nyingi kama mtazamo wa matarajio ya kazi.

Tulitambua kwamba tulipendana na tulitaka tuishi maisha yetu pamoja. Tulianza kile tunaweza kukiita miaka 33 ya ndoa pamoja kua mwenzangu ni tofauti.

Tulitambua kua kuna kile mwenzangu anahitaji katika uhusiano wangu pamoja naye jinsi ilitupasa kutambua na kushugulikia mahitajiya kilammoja. Tulitambua wakati lengo la mwingine ni kukutana na hitaji la mwingine. Na kwa njia hiyo hitaji la kila mmoja lilishugulikiwa.

Moja wapo wa jambo nilijifunza ni kua utofauti wetu ni janzo cha dhamana kwa ndoa yetu. Utofauti wetu ulituweka katika hali ya kuitajiana hata kama kutokupaliana kulikuwepo wakati mwingine.

UPENDO NI HISIA

Upendo ni hisia na tena ni saidi ya hisia. Upendo ni nia ya kiakili inayotokea wakati wa magonjwa, upungufu wa fedha kufungwa moyo, kushushika, mshtuko wa moyo, majira magumu.
Husababisha mchanga wenye rotuba ambayo usababisha upendo kukua katika hiyo.

Wakristo wanaweza kuchagua kupenda kila kitu utafurahia chanzo cha upendo na kufanya chochote kinachowezekana kuwezesha mahitaji ya chanzo kingine kuwezekana, katika kuadhiri.

Upendo ni kuwa na mpango

Kusaidia Kwa Familia

Jambo kuu katika upendo anapaswa awe na Yesu Kristo yote inaanza na yeye. Mambo yote yanapaswa yaanze naye. Ikiwa tutataka kujua jinsi ya kupenda ipasavyo kupenda, kisha ni muhimu kuiga mfano ambao umekwisha kuwekwa mbele zetu. Hatupazwi kudhania kile Bwana anataka kutoka kwetu.

Jambo la kwanza : Mungu anahitaji kutoka kwetu ni utiifu kuhusiana na maagizo yake tunayo ipata **John 14:21**
Yeye aliye na amri zangu, na kusishika, yeye ndiye anipendaye naye anipendaye atapendwa na Baba yangu nani tampenda na kujidhihirisha kwake.

Ikiwa kweli tutapenda wengine itapidi tujue ni kwa jinsi gani. Tunaweza kujua hivyo kwa njia tu ya kujifunza, kusikiliza, na kuishi chini ya ushauri wa Mungu wetu.

Jambo la pili: Mungu anahitaji kutoka kwetu ni ibada, sifa, na kushukuru kulingana na
Zaburi 107:8
Nawamshukuru Bwana, kwa fadhili zake na maajabu yake kwa wanadamu.

- Anataka tumwabudu jinsi Alivyo. Anataka tumsifu kuhusiana na kile amekwisha tenda, anataka tumpongeze kwa kile amekwisha tenda kutupitia sisi.

Jambo la tatu : Mungu anachohitaji kutoka kwetu ni kufurahia ushirika pamoja nasi, anahitaji tuwe na muda naye na kumweka palipo juu katika mipango yetu, kulingana na **(Yohana 1:7-9)**

Hivyo alikuja kwa ushuhuda, ili nishuhudie ile nuru, wote wapate kwanini kwa yeye; Huyo hakua ile nuru bali alikuja ili aishuhudie ile nuru. Kulikuako nuru halisi amtiaye nuru kila mtu, akija katika ulimwengu.

Kupenda ni kufuata mashauri

Kusaidia Kwa Familia

Bibilia inalinganisha uhusiano Kristo alionao na kanisa kwa vile ilivyo kati ya Bwana arusi na Bi. Arusi (**Waefeso 5:21-33**)

Hali mnanyenyekeana katika kichwa cha Kristo enyi wake watiini waume zenu kama kumtii Bwana wetu. Kwa maana mume ni kichwa cha mkewe kama Kristo naye ni kichwa cha kanisa, naye ni Mwokozi wa mwili; lakini kama vile kanisa limtiivyo Kristo vivyo hivyo wake nao wawatii waume zao katika kila jambo. Enyi waume, wapendeni wake zenu, kama Kristo naye alivyolipenda kanisa akajitoa kwa ajili yake ili makusudi alitakaze na kulisafisha kwa maji katika neno, Apate kujietea kanisa tukufu, lisilo na ila wala kunyansi wala lolote kama hayo; bali liwe takatifu lisilo na mawaa vivyo hivyo, imewapasa waume nao kuwapenda wake zao kama miili yao wenyewe. Ampendaye mkewe hujipenda mwenyewe. Maana hakuna mtu anayeuchukia mwili wake popote; bali huulisha na kuufunza, kama Kristo naye anavyolitendea kanisa kwa kua tu vlungo vya mwili wake. Kwa sababu hiyo mtu atamuacha baba yake na mama yake ataambatana na mkewe na hao wawili watakua mwili mmoja. Siri hiyo ni kubwa ila mimi na nena habari ya Kristo na kanisa lakini kila mtu ampende mkewe kama nafsi yake mwenyewe wala mke asikoze kumstahili mumewe.

Kristo ni Bwana arusi na kanisa ni Bi arusi, Bwana na arusi na bi arusi humpendeza mwingine, wao ni tofauti katika umbo. Bwana, Bwana arusi uleta mambo ya kimsingi jinsi vile mke na mume wanapaswa kufahaniana mmoja na mwingine.

Tunapaswa kusifu, kupongeza, na kuwa na muda na

mwingine mambo hayo yote ni ya mhimu.

Upendo ni kutimiza mahitaji

Mungu alimuumba mwanamke ili wasaidiane maana mwanaume na mwanamke wana mahitaji tofauti.

Upendo unahusiana na kukutana na mahitaji. Upendo wa kweli ni kujiunga na tume ya kutambua hitaji alilo mwenzako. Hatua ya kwanza ni kutambua mahitaji ya mwenzake kwa kwendelea katika ukomavu wa upendo katika ndoa. Hatua ya pili iliyo kuu ni kujitolea kutenda uwezalo kukutana na hitaji hilo.

Kama mwanaume na mke watapata ujuzi wa kutimiliza upendo wa kweli. Ni lazima ajifunze jinsi kupenda"

Katika kitabu hiki baadaye tutaangalia maneno yenye msingi kuhusu wanaume na wanawake. Kwa kuelewa hitaji hili wanandoa watajifunza (Jinsi ya kupenda").

Upendo ni kupeana
Kutoa kusiko na unafiki hakuwazii jambo la kurudishiwa.

2 korintho 9:6 lakini nasema hili apendaye hapa atavuna hapa apandaye kwa ukarimu atavuna kwa ukarimu.

Kutoa kwetu kusiwe katika hali ya kutarajia au kushurutishwa.

2 korintho 9:7 kila mtu atoa kama vile alivyo kusudia moyoni, na utoe sio kwa uzuni, ama kushurutishwa maana Mungu ufurahia atoaye kwa moyo wa ukunjufu.

Mungu atatusaidia kuwapenda wapenzi wetu pasipo kunungunika au kipimo.

2 korintho 9:8 Na Mungu aweza kuwajaza kila neema kwa wingi ili ninyi mkiwa viziki za kila namna siku zote mpate kusidi sana katika kila tendo jema.

Kusaidia Kwa Familia

Turejelee hadithi yetu................................

Usiku mmoja mtu mtu mume aliamua kumuonyesha mke wake jinsi anavyo mpenda.

Baada ya chakula cha usiku alianza kukariri shairi kuhusu mapenzi. Akisema angalipanda kilima kirefu iliawe karibu naye. Niogelee kuvuka bahari, kupita katika jangwa wakati wa jua kali na hata hivyo niketi kwenye dirisha na kuimba wimbo kuhusu upendo wakati wa usiku wa mwezi" mwangavu.

Baada ya kumsikia yeye anamletea kwa muda kuhusu upendo huo wa dhati na jinsi amesikia mke aliumalizia mjadala kwa kusema "Je utanisaidia leo kuosha vyombo.

Kusaidia Kwa Familia

Hatua ya Utendaji

1. Upendo ni nini?

   _____

   _____

   _____

   _____

   _____

   _____

   _____

   _____

   _____

   _____

2. Upendo unahitaji nini?

   _____

   _____

   _____

   _____

   _____

   _____

   _____

Kusaidia Kwa Familia

_____

_____

3. Nimejifunza nini katika mlango huu ambao utanisaidia kujenga ndoa nzuri?

_____

_____

_____

_____

_____

_____

_____

_____

_____

_____

Mlango Wa 2

MKE WA NYUMBA

Majukumu ya mwanamke katika boma ni ya muhimu sana. Mahali mwanamke ameguza katika nyumba kwa vidole vyake kwaweza kuonekana kwa nyumba, kwa mume wake na pia kwa watoto.

Kusaidia Kwa Familia

Mwanamke huleta heshima nyumbani, wanawake wana uwezo wa kuona, kuishi na kufahamu mambo yanayo enenda vyema katika wanaume. Katika wanaume walioumbwa nasehemu iliyotupu mioyo yao natawi ambalo linaweza tu kujazwa na uwepo wa mwanamke.

Wanawake sio tu kwamba wanaleta vitu vizuri katika boma, ila Mungu huwapa majukumu ya kipekee kuhusiana na familia yake nyumbani, hakuna mtu mwingine anayeweza kutimiliza majukumu yaliyowekwa kwa mwanamke na Mungu.

Wanawake siku zote hujihisi kuwa majukumu yao sio muhimu, lakini wacha nikuakikishie kua mke wa nyumbani ndiye kishikamanisho kinacho shikilia jamii pamoja.

Wanawake wanapaswa kutafuta majukumu yao na kufanya bidii kuyatimiliza. Lazima wajikumbushe kuhusiana na majukumu yao pia heshima na majukumu ya mme. Ndoa nyingi zimeingizwa katika shida mbaya wakati majukumu ya mke na mume haijaelezewa vizuri na kufahamika vyema kwa wote wawili.

Mungu aliamuru mwanamume wa nyumba kuwa kichwa cha nyumba. Mume atasimama mbele za Mungu siku moja na kumjibu kulingana na vile alilea na kuelekeza familia yake. Majukumu ya mwanamke ni ya muhimu katika usawa na inahitaji mtazamo wa pekee ya kwamba upatikane ndiposa wokovu kwa njia ya Yesu Kristo ni jambo lipasalo mwanmke wa nyumba kumiliki.

Kama mwanamke anataka kujua mipango ya Mungu kuhusiana na familia yake, basi itampasa amfahamu Mungu kibinafsi. Dada Yule anayetamani kujua majukumu yake vyema katika nyumba lazima awe katika nafasi ya kumsikia Roho mtakatifu.

Jambo hili linaanza kwa kumkubali yesu kama Bwana na Mwokozi. Atafikia hali ya kutambua majukumu yake anapokua na kukomaa kama dada mkristo. Wanawake wasiomjua Kristo inawezekana wawe wa kujali sana, kupenda na kujitolea kwa familia yao lakini.

1. Lakini watakua wafungua kiroho na kutoweza kua katika familia yao kinyume na vile Mungu aliwapangia wawe.

Wanawake walio makini kwa sauti ya Mungu na utiifu kwa mashauri yake, wanaweza kufanyika wake na kina mama wanaotamani kua, na pia kulingana tu tamanio la Mungu maombi ya kuendelea katika uaminifu na shauku na kiu ya kujua neno la Mungu itasaidia kukamilisha haya.

Wanawake wanao jaribu kusuluhisha mambo na maisha ya familia yao bila kumjua Kristo ni kama kuonyesha matatizo juu ya kinonda ambacho kinahitaji tu mponyaji mkuu. Ili uweze kuelewa mapenzi ya amaungu na mipango yake kwa mwanamke wa nyumbani, ni muhimu huyu mwanamke aimalize uhusiano wake kibinafsi na Yesu Kristo.

2. Jambo lingine la pili linalohitajika kuwa kwa mwanamke ni kujitolea na kujipeana kwa Bwana. Inamaanisha nini kujitolea kwa Bwana, kujitolea inahitaji kujipeana kikamilifu kwa maisha yangu. Hakuna kitu kinaweza kusuhiliwa uliyo nayo na siku zote nitakua chini ya uelekezi.

Kusaidia Kwa Familia

Kila kitu mtu anamiliki au atamiliki ambayo imetengwa na ni sehemu yako wakati mmoja talanta na majina zimekwisha peanwa kwa Bwana kwa kusema kweli. Inahitaji uaminifu na kujitolea kikamilifu kwa utumishi wa Bwana.

Mwanamke wa nyumba lazima awe na hali ya kuendelea katika mtembeo wake na Bwana. Swali nzuri la kuuliza ni kwamba familia yangu itasema mimi nimejitolea vipi katika huduma ya Bwana?

Familia wanachunguza sana jinsi tunavyoishi na kuenenda katika shughuli za kila siku. Familia wanajua ikiwa dada wa nyumba kwa kweli anamaanisha kuendelea katika mtembeo wake wa kikristo na maisha yake.

Familia huishi kwamba ikiwa dada wa nyumba anatembea kwa karibu sana na Bwana ama sio, uthihirisho wa kujitolea kwake unaweza kuigwa kupitia hali yake ya maisha na mtindo wa maisha yake. Mungu inapaswa aje kwanza kisha familia.

3. Mke wa nyumba anapaswa kumuombea mumewe na watoto, hakuna mashaka kuhusiana na hali nyingi kwa mwanamke wa nyumba akipenda mume wake na watoto.

Jambo kuu analoweza kulifanya kwa familia yake ni kua na mda mrefu katika maombi. Watoto na mume wataadhiriwa sana na maombi ya mke na mama mwenye upendo kwenda kwa Baba wa mbinguni ukiwa kama wakili kwa niaba ya familia ni mojawapo la jambo la kimatendo ya upendo na uduma tunaowesa kupeana kwao.

Kusaidia Kwa Familia

4. Jambo la nne ambalo linapaswa kuonekana kwa mwanamke wa nyumba, ni kuwa na uwezo wakustahimili dhiaka. Uangalifu ni lazima usingatiwe mnapojadili mambo muhimu ama kukosoa na kudhiaki wengine machoni pa watoto.

Kumkosoa mchungaji, mwalimu, shule ya Jumapili ama kiongozi wakikundi, mshiriki wa familia mfanyikazi kazini, nakwendelea, inaweza kuadhiri watoto katika hali na mtazamo kwa kinyume.

Kudhiaki kunaweza kukubaliwa lakini ifanywe katika faraga na mbali na mahali watoto hawawezi kusikiza dhiaka matokeo yake katika matukio yasiotarajiwa, nia au mtazamo mpya na matendo kwa watoto wetu.

5. Jambo la tano kwa mke wa nyumba ni lazima amruhusu mume awe mume wa nyumba, akiziheshimu mipango ya Mungu ya kumuweka mume katika nafasi ya uongozi, ndani ya nyumba ni ya muhimu boma zifanikiwe. Kwa kupeana heshima kwa mume wa nyumba sio rahisi hivyo kwa mke.

Mume na mke wote wana majukumu muhimu kwa nini? Kwa kua tumeshauriwa yaliyo bora kuhusu nyumba inapaswa iwe ni mahali pa Mungu na usafi wa neno.

6. Wanawake na wanaume hawapaswi kudhiaki ama kukosoa wapenzi wao wazi katika umati.Ukimkozoa mwenzako kwa maneno ya ugaidi na kuonyesha kutokueshimu,h ata kama mwenzako amekosea kuhusiana na ujumbe, ni muhimu kuwa waangalifu kuhusiana na jinsi tunapopeana marekebisho mnapoingia katika mazungumzo.

7. Wanawake wanapaswa kua wenye shukrani na kujivunia mume aliyemoa. Inawezekana asiwe vile ulitalaji awe ama mtu mkamilifu vile ulivyo wazia lakini ni mume wako Mungu alikupa wewe.

Usiwe kila wakati ukimfananisha mume wako na waume wengine. Mume wako anaweza kua na udhaifu lakini elewa kwamba hata waume wengine wako hivyo. Unaweza kudhania unafanya vyema lakini unapoanza kufikiri kuhusu hilo unagundua ungelifanya mabaya zaidi.

8. Wanawake wanapaswa kuwatambua waume wao pointi za muhimu. Kuna mambo mengi mazuri ya kukumbuka na kutambuliwa.

Wanawake ambao waume wao sio wakristo wanapaswa kuwa wangalifu wakati wakuongea kwa kushambulia dhidi ya makosa yao, inafanya ajihisi duni kwasababu yeye sio mkristo itasababisha yeye kwenda mbali na ukristo kuliko kumvuta karibu na ukristo.

9. Mwanamke anapaswa kuwa ndie kiongozi wa kupeana nidhamu hapo nyumbani. Lazima kuwe na hali ya kufukuza uoga ambayo inawezakua imeingia kwa mtoto inapofikia kwa baba. Wakati mama anasema; ngojea mbaka baba afike nyumbani, inapaswa iwe ni mtazamo mkuu inayo shikilia mtazamo na uadhiri mwenendo na hali ya mtoto.

10. Wanawake wanapaswa kuwa wangalifu kuhusu upishi juu ya kupeana nidhamu kwa watoto wao na kufanya maamuzi mbele ya watoto. Watoto hupima ili waweze kuona kama watamshinda kila mzazi kwa wakati wake. Na watatumia mbinu hiyo kupata kile wanacho hitaji, hii inaweza kua wakati wa mapishano na kuhumizana kati ya wazazi na kuadhiri uhusiano wa kila mmoja wao.

Wanawake wanaowajua waume wao kutokuwapa nidhamu watoto wao wamefungwa na mlango kwa ajili ya shida kuu na watoto wao siku za uzoni. Tunaposhindwa kuchukulia mambo madogo wakati wangali wachanga tutapanda mbegu mbaya ya tabia itakayo komaa na kuvunwa wakati watapalehe.

Hii aimanishi kwamba baba ndiye anayotoa tu mahamuzi yaliyo bora inapofikia hali ya nidhamu kwa watoto, mke anaweza kupeana nidhamu iliyo kali ama kiasi; sio vibaya kuongea mume kuhusu mahamusi yake mume.

Haya yanapaswa yafanywe faraghani mbali na watoto hawapaswi kusikia maongeo na bwana anapaswa asisitize mahamuzi na marekebisho yaliyofanywa.

Nidhamu zilizo kuu ni lazima ziamuliwe baada ya majadiliano kati ya mama na baba.

11. Mwanamke anapaswa kumshukuru mumewe pamoja na majukumu yake kua kiongozi nyumbani kuwa mume ni mkristo. Kwa wakati mwingine mke ni mkomafu kiroho kuliko mume, wanawake wanapaswa kuwa waangalifu. Wanawake wasiwakwaze waume wao wanapoweka bidii ya kuongoza jamii katika njia ya kiroho.

12. Wanawake wanapaswa kuwaruhusu wanaume wawe

ndio wakuamua katika mamlaka ya kufanya maamuzi katika boma, jambo la mahamuzi linapaswa kua la jumla mume na mke. Mambo yanapaswa kua katika uchunguzi na kupima, yakiwa yamejadiliwa kati ya mume na mke. Wote wanapaswa kufahamu na kupongeza wengine na maoni yao kuhusiana na mambo yaliyoko. Lakini mwisho mtu mmoja anaweza kufanya maamuzi.

13. Wanawake wanapaswa kuona shida zilizo kwenye nyumba na kufanya bidii ya kushugulikia jambo hilo wakati wake wanaishi kuwa waume wao wako kwenye msukumo na wanahitaji muda wa kupumzika, watie moyo wafanye hivyo. Wahimize watumie fedha kidogo hata aende tua, kuvua samaki, kuwinda au kucheza mchezo wa gofu wa dada wanapaswa kwa makini kwa mahitaji ya waume zao mengi yatasemwa baadaye kwenye kitabu hiki.

Wakati wanawake wanahisi kua wanaule wao wanapitia magumu ya kibinafsI lazima watafute njia njia ya kuongea kuhusu jambo hilo. Uwe mwangalifu unaposhambulia jambo hili; waume mara nyingi huwa awajiisi kama kunena, muda unapaswa kua sawa, lakini wanahitaji kushiriki. Wao uongea na wake zao wakati mtu mwingine ajashiriki na wao kwa maongeo.

Wakati kuna matokeo ya kutokuelewana katika uhusiano isiyoweza kurekebishwa. Mtie moyo mume wako muende pamoja naye kutafuta mashauri au msaada. Hakuna kitu kibaya kwa kutafuta msaada, washauri wa kikristo wanaweza kuwasaidia wanandoa kufunua milango na kuzuruhisha hata katika njia ya kibibilia, njia ya Mungu kupata heshima.

Kusaidia Kwa Familia

WAZO LA UTENDAJI

1. Jinsi gani ilivyo muhimu majukumu ya mwanamke nyumbani?

   _____

   _____

   _____

   _____

   _____

   _____

   _____

   _____

   _____

   _____

2. Ni sehemu ipi ninayopaswa kurekebisha kwa sehemu yangu kama mwanamke wa nyumba?

   _____

   _____

   _____

   _____

   _____

   _____

Kusaidia Kwa Familia

3. Ni somo lipi la muhimu ambalo nimelisoma katika
    mlango huu?

    _____

    _____

    _____

    _____

    _____

    _____

    _____

    _____

    _____

Mlango Wa 3

MALKIA MKE WANGU

Siku moja watu watatu walikuwa wakibishana na kwa gafla wakafikia mto mkuu unaofurika walitaka kuvuka ngambo nyingine. Lakini hawakua na wazo kua watafanyanini.

Mtu wa kwanza aliomba kwa Mungu, akisema tafadhali Mungu, unipe nguvu za kuniwezesha kuvuka mto Mungu alimpa mikono mikubwa na miguu yenye nguvu na alikua na uwezo wa kuogelea na na kufuka ngambo ile baadaye liza akiwa karibu kuzama mara kadhaa.

Kusaidia Kwa Familia

Wapili alipoona hivyo akamuomba Mungu akisema tafadhali Mungu unipe nguvu na chombo cha

Doof : Mungu alimpa Roboti naye akawezeshe kuvuka ngambo kwa muda wa nusu saa baada ya kusukuma mashua kwa muda.

Mtu watatu akatazama jinsi vile imefanyika kwa wale wengine naye akamuomba Mungu akisema "tafadhali Mungu nipe nguvu na chombo pamoja na hekima kuniwezesha kuvuka ngambo nyingine ya mto.

Inawezekana kwako kuamini kile Mungu alifanya kwa mtu huyu lakini utapata kufahamu mwisho wa kitabu hichi.

Ikiwa kweli wanandoa wanaweza kufurahia matunda ya upendo wa kweli katika ndoa, ni lazima wajifunze kupendana mmoja na mwingine. Upendo unahusiana na kushugulikia mahitaji ya mwenzake. Wapendanao wakati mwingine hukosea wakati wadhania kwamba wapendanao wanahitaji jambo hilo hilo wanalohitajihakuna jambo ambalo lingelikua mbali na ukweli. Kama vile mke na mume hutofautiana kiisia, pia hutofautiana kuhusiana na kile wanachohItaji kutoka kwa mpendwa wake.

MAHITAJI AINA MBILI YA MWANAMKE

Mjukumu ya mwanamke, yamefungwa katika mahitaji mawili ya kimsingi; ulinzi na hitaji la kua mtunziaji wa jamii kule nyumbani.

Mume mwerevu atajaribu kutambua na kuelewa mahitaji ya mke wake na muda wa kujitolea, talanta na hazina aliyonayo kukutana na hayo mahitaji.

Ulinzi

Ulinzi, kulingana na tafsiri ya kamusi ya Encarta, ni akiwa katika hali ya kujihisi salama na kulindwa. Wanawake wanafaa kujihisi wako salama, wanapaswa kutambua kua mume wake atamlinda katika hali na wakati

Kusaidia Kwa Familia

wowote ule.

Mume uaminifu wake ni kwa mke wake. Uaminifu huo unapita ule wa wazazi, watoto, kazi, uduma au furaha, wake wanapaswa kujihisi kua wao ndio nambari ya kwanza kwamume wake na nafasi yake ina usalama.

Jinsi gani waume wanaweza kusaidia wake wahisi wako salama na kulindwa? Kuna baadhi ya mambo wanayoweza kufanya.

Kwanza kabisa. Waume wanapaswa kua siku zote wakisaidia wanawake siku zote wawe na uakikisho. Wao uhusika sana na jinsi wanavyo onekana kwa umbo, maamuzi, makosa yao, upishi wao, usafi wao unaweza kuutaja. Waume wanapaswa kutafuta njia ya kuwapongeza wake zao, kupongeza jinsi wanavyotasama ni ya muhimu sana. Usiwe mwenye thiaka; waume wanapaswa watafute njia ya kuwakikishia ya kua ni warembo najinsi wanapaswa kujivunia na jinsi wanavyo pongeza kwa njia ya shukrani.

Njia ya pili: Waume wanaweza wake zao kuwa salama kwao ni wewe mume upatikane na kujukumiwa nyakati ngumu. Ikiwa kuna mwinuko katikanyumbausiku, mume ndiye anapasua kusema; Asali, pakia hapa name nitakushugulikia.

Ukiwa unalala kando na karibu na kitanda kuelekea mlango wa chumba cha kulala wacha mke ajue kua kuna usalama akiwa kati yao na hatari, wakati unatembea na mke njiani au kwa ukingo. Wanaume wanapaswa kua kati ya mke na kizuizi.

Mke wangu anafahamu nini hufanya mambo kua haya kila wakati mimi hukaa kati ya mke wangu na hatari. Haya ni maelozo machache yanayo tuma ujumbe kua siku zote usimama kati yake na hatari, kwa njia hizo atajiisi kua salama.

Waume wanapaswa kua kwamba wanapatikana wakati wowote ule shida imetokea. Kuna kufanya marekebisho, mwanamme anapaswa kumhakikishia mke kua atarekebisha kilicho haribika.

Kusaidia Kwa Familia

Wakati chombo cha kuoshea kimevunjika waume wanapaswa kua ndio wanausika kurekebisha shida hiyo. Kununua chombo cha kuweka vidha vya ufundi na aweke kwenye nyumba. Scrudraiva, plais, chombo kidogo cha upasuaji, na viombo vingine vitakavyo usika kwa kufanya marekebisho nyumbani.

Waume wanapaswa kukumbuka kwamba hawana wakati kama uliopo unaoweza kupata ili kufanya marekebisho nyumbani, na chomo chepesi, kufunga mlango ambao hauwezi kufungika na kifurishi ambacho kinaoweza kufungua kwa dakika chache. Na pia ili pulp ya kuasha inapaswa kupadilishwa kwa nia nzuri unapofanya marekepisho.

Nia nzuri aidhihirishi kua ni tendo lililo timilika wanaume waonge kwa sauti dhidi ya mke na kujiona kwake mke kua anafaa kwa kuchukua vitu vinavyo hitajika kushugulikiwa kwa wakati huo sio baadaye.

Mume anapaswa awe ndiye chombo cha silaa kwake mke kinachoweza kutazamia anaposhugulikia watoto. Vitisho ngojea hadi baba aje nyumbani, ilikupata mzaada kwa mke na mama anahitaji kupata uakikisho kwa wanaouwezo, waume pia wanapaswa kutambua nyakati silizo ngumu.

Njia ya tatu: Waume wanapaswa kuwaakikishia wake wao usalama, na ulinzi kua pamaoja na kila wakati kwa kua na muda wa kunena na mke wake. Baadaye chakula cha jioni na kabla kwenda kitandani ni wakati mwafaka wa kufanya hivyo.

Waume wanapaswa kukumbuka wake wao wamechoka na michadala iliyopita miaka nne wanahitaji mambo mapya ya kwendelea yakisasa. Wake uhitaji kuongea sana kuliko waume.

Wanawake wanapaswa kuongea kuhusu matukio ya siku. Wanapenda kushiriki ufanisi wao na dhiki zao.

Kusaidia Kwa Familia

Inawezekana wasiwe na jambo linaloonekana muhimu kuhusiana lakini ni muhimu wa kikuambia atahivyo.

Waume wanapaswa kupeana mtazamo usiogawanyika kwa mke wake kila siku. Hii inadhihirisha ujumbe kwa mke ni wa dhamana kwake wanastahili muda na wakati.

Hii ni jambo nzito kwa mke, wanapaswa kua huo ndio tazamio la kwanza kwa waume wao.

Hii ndio inaweza kufanya malango ya mawasiliano kwa wazi. Usi wahi kwenda kitandani na hasira na hamja shugulikia, Bibilia yasema kwa wote wanapokasirika kila wakati. Lakini kulingana na waefeso 4:26. Tunapaswa kuwa waangalifu kuhusiana na vile tunavyo shughulikia hasira. Kifungo kinasema "ukasirike lakini usitende dhambi, jua lisitue ukiwa na hasira."

Njia nyingine ya kusema haya ni (msemo wangu ni huu wakati umekasirika usitende dhambi lakini shugulikia hasira kabla siku kuisha. Wanandoa wanaoongea kila siku hawawezi kusaidia ila kujaza kitanda na matatizo, kabla wao wenyewe hawajalala kila usiku.

Njia ya nne: Waume wanapaswa kusaidia wake zao wajiisi salama, inanafasi ya kitu kutofungua mlango kwa mke usio na wivu.

Wanaume wanapasua kua wangalifu wakati wana mkutano au kuwasiliana na wanawake wengine. Wanapasua kua wangalifu kuhusiana na wakati anaweza kusababishia mke ajiisi kua hayuko salama.

Wanaume hawapaswi kua pekee na wanawake wengine. Kwa njia hiyo wanaingia katika hatari ya kulaumiwa kwa upaya atakama akuna jambo limetokea. Kuonekana huku kunasababishia hali isio nzuri kwa mke kijiisi kutishwa.

Kusaidia Kwa Familia

Waume wanapaswa kuwa wangalifu sana anapo mpongeza mwanamke mwingine jinsi anavyo angalia na mavazi. Je hayo yanamaanisha ukose jambo muhimu.

Kuna sababu mbili muhimu ajabu iliyosababisha ni chague kufanya hivi.

Kwanza: ni jambo muhimu, wanawake wengi ujiisi kua kuonekana kwao kuna padiliko, hata kama ndiye aliye na mvuto katika wanawake ulimwengu kwa waume wao, anapaswa kusikia kwa mumewako, kua yeye ndiye aliye na mvuto duniani.

Wakati waume wanapongeza wanawake wengine mbele ya wake zao, wake wao kila wakati hujiisi hawana usalama. Kupongeza kwa njia hiyo kunazidisha au kuchochea upungufu wa usalama, yule tu anapaswa kupongezwa katika hali ya kuonekana, na vazi yawe kwa mke wake.

Ya pili: nikwamba atatuma signali mbaya kwa wanawake wengine ambao anawapongeza. Pengine huyo mwana mke huwa hapokei hizo sifa nyumbani kwake na watoto, mume mwingine anampongeza. Inatoa uwezekano kua aliye sema ana haja naye jambo ambalo likukusudiwa. Waume wekeni kwa wake wenu.

Njia ya tatu: Waume wanapaswa kuwasaidia wake zao kwa salama sio kuwalinganisha na watu wengine kwa kuwafananisha wake zao kwa wanawake wengine hasa kwa mama wa mume wako. Mke wako hatawahi kuwa kama mama yako hauna furaha kuhusu? Mke wako ni wakipekee na wadhamana.

Hawezi kupika kama vile mama yako hupika. Hawezi kuweka nyumba kama vile mama yako hufanya. Ulinganidu kwa mama yako itaharibu kabisa mke wako nakufanya ajiisi kana kwamba hajfikia kiwango ulivyotarajia.

Waume wanapaswa kumshukuru mke kama mara tatu kwa siku, mshukuru kwa kufanya usafi, mshukuru kwa kupika vizuri, mshukuru kwa peleka parya kwa sanduku la posta.

Kusaidia Kwa Familia

Mwambie leo unaonekana nadhifu, mwambie kua hilo vazi linaonekan vizuri sana vile analivaa, mshugulikie kama malkia nawe utashangaa jinsi atakavyo kushugulikia wewe.

MTUNZA WA BOMA

Hitaji la pili kwa hitaji la mwanamke ni kutunza boma ilihitaji linashikamana na hali ile ya kuhitaji watoto na kutengeza mazingira nzuri ya kuwawezesha watoto kukua ndani yake.

Wanawake wanazaliwa na hitaji la kujenga kiota kilicho chao. Wanawake ubadilisha hali ya ubaridi kwa nyumba kugeukia hali ya joto nyumbani, Wao ufaulu kufanya hivyo kwa njia gani? Wao ufananisha pasia za nyumba kufanana na sakafu, nakuakikisha kuna sabuni kwa bafu wanaongeza kile hakiko na pia chombo chakuweka uchafu na kwendelea.

Wanawake wanapaswa (mtazamo wa ziada wa mke) wanawake wanajua wakati upi vitu vya mbao vinahitaji kupangwa au kurekebishwa, sakafu inahitajiwa kusafishwa na kutazinahitaji kupakwa rangi nyingine mpya.

Mume mwerevu atatambua hitaji hili na katika moyo wake wake wao kwa kuwawesesha kwendelea kujenga kiota na kufanya nyumba kua boma.

Wake wanahitaji mahali salama pa watoto. Waume werevu watafanya jinsi wawezavyo kupeana nafasi hiyo. Ninajukumu ya mume kuakikisha nyumba imewekwa katika mazingara mazuri katika mpangilio, kazi ya mifereji, mashini ya kuosha na mlango umefunwa, usikue na uoga ila salama.

Ulimwengu huu wa kiuchumi ambao familia nyingi sinapata zenyewe zikihitaji hundi aina mbili, kukutana na mahitaji ya kifedha ya familia. Huu sio wakati wa kushindana ikiwa wanawake wanapaswa kufanya kazi nje ya nyumba mtazamo wa mambo ni kwamba zaidi ya 77%

Kusaidia Kwa Familia

ya mwanawake aliye muoa na mtoto kati miaka 6 hadi 17 apate kazi nje ya nyumbani.

Na kipimo kingine ambacho wanawake ni vigumu kukubali kwa kua asilimia 100% ya wanawake hao wanaofanya kazi nje ya boma na anayo majukumu ya pili ya kutimiza na huku kasha wanarudi nyumbani wakingojewa.
Mpangilio wa ununuzi wa chakula unapaswa kupangwa.

Mpango wa chakula lazima upangwe mapema. Mavazi lazima yapangiliwe mapema, kununua, kuosha, na iwekwe salama. Uandalilizi wa shule ni lazima ukamilike, vitabu vya shule na kila kitu kinachohitajika jinsi ya kufanya kazi ya ziada kule nyumbani lazima pia asaidiwe kikamilifu kabla hamjaenda kulala kitandani.

Mengi ya kazi hizi uanguka kwa mwanamke wa nyumbani. Ikiwa mwanamke anafanya kazi mbali na nyumbani mume anapaswa kusaidia pale nyumbani. Mume anapaswa kutafuta njia za kukosoa mkewe katika hali ya kutazama mke afanye kila kitu pekee. Waume wanapaswa kusema mambo kama, watoto tupanguze meza na mama na Sally uoshe na Bill kamua.

Waume wanapaswa kuwa tayari kwa usafi na kuweka mpangilio au kuweka nguo mbili kwa mashine ya kuosha. Wanapaswa kutambua kwa wakati wanakamua, kelana, kuchukua kikapu, kukunja nguo na kuziandaa tayari kwa mke kusiondoa pale.

Kusafisha nyumba inapaswa kuwa jukumu la familia. Kila mmoja katika familia lazima ausike. Mume anapaswa kufanya sehemu iliyo kuu ya kazi kama ya stima. Watoto wanapaswa kupewa majukumu ya kufanya kila wakati.

4) **turejelee ile hadithi** ....
   Siku moja kulikuwa na

HATUA ZA KIMATENDO

1. Maitaji ya kinsingi ya wanawake wengi ni gani?

   _____

   _____

   _____

2. Ni maitaji yapi ninayo pasua kufanya ndiposa nikutane na maitaji ya mke wangu.

   _____

   _____

   _____

3. Ni vitu gani muhimu (ambavyo nimejifunza katika mlango huu?

   _____

   _____

   _____

Kusaidia Kwa Familia

Mlango Wa 4

ANDAKI YA MFALME

Kusaidia Kwa Familia

Muhubiri alichukua mda wake mwingi akilinganisha maovu na jinsi watu wengi walivyo waovu pasipo kutenganisha.

Na mwisho wa maubiri aliuliza swali la kukanganya, Je kuna mtu yeyote hapa anayedhania kuwa mkamilifu na hana dhambi ikimbidi angojee sekunde kadha kabla mtu karibu na nyumba ya ngongo katika ukumbi aliinuka kua pole kwa miguu yake.

Mchungaji alimhuliza mtu Yule aliye kua na ujasiri wa njia hiyo kusimama baada ya mahubiri yenye nguvu ." kweli unadhania kua wewe ni mkamilifu kabisa bila done la dhambi?

Ni vigumu kwanini jinsi mtu Yule alivyoitikia nani kwa nini lakini tutaelewa mwisho wa mlango huu.

Wanawake wengi uolewa na waume kisha wanajibanga kuwageuza wawe jinsi wapendavyo wao. Wanawake wakati mwingine hukosea au kwanini kua waume wao wanawazia tu kama vile wanavyoenenda kama vile waume walivyotofauti kiasili na hisia, na pia wanaotofauti kuhusiana pia na vile wanafikiri.

Anaweza atakutema mate kwa singi kuacha viatu juu ya kiti kila usiku. Anaweza kukosa lengo mara nyingi katika vile anatumia mavazi yake machafu. Kulalamika na kunungunika akupadilisha hali.

Wake wanapaswa kufanya bidii kumpongeza mume jinsi alivyo. Uwe na shukurani kwa mumeo. Afute na kula tumbakoo na kutema kwa sinki. Mshukuru mungu kwa lajili ya mume anashugulikia familia.

Waume walio waminifu kwa wake wao na wao pekee mke peke anayestahili kupongeswa na kupewa shukrani. Wake wanawesa kugeuza makosha yale kuwa kuchukua viatu na mavazi kuajili ya upendo.

Kama vile wanawake walivyo na mambo mawili ya msingi katika maitaji. Hivyo ndivyo ilivyo kwa waume wanawake wajanja watakua na ntazamo wa kutambua mahitaji ya mume kujitolea kukutana na hilo hitaji.

Ni mambo gani mawili ya kimsingi kuhusiana na maitaji ya waume!

1. TWENDE

Mambo ya kimsingi ya wanaume inausu atakwenda kwake. Mahitaji haya uandamana na jinsi vile mungu alivyo muumba kihistoria. Mungu alimhumba mume atoe ulinzi, atunze, na mwenye kutoa mwelekeo wa familia, kama vile wake hunda nyumba nyumbani. Waume uleta nguvu za kimsingi ambapo nyumba hujengwa. Waume wamejengwa katika hisia ya kua walinsi wa familia wanapaswa kujisi kwa wao ndio wanajukumu ya kutoa usalama.

Wanaume hujiisi kwa ndani sana kuusiana na jukumu la kushugulikia jamii. Mungu aliweka DNA ya kua na tamanio kuukupeana ulinzi, chakula, nyumba na mavazi kwa familia.
Mungu pia alimfanya mume alete uongozi na waume kujiisi kuchagua, kusimamia, na kuelekeza familia

kwenye njia bora maishani. Wanawake wanapaswa kupongeza na kukutana na mahitaji ya kua kiongozi nyumbani. Kuna baadhi ya vitu anayoweza kufanya. Wake wanapaswa kutambua upekee wa waume wao kukiwa na mtasamo kuhusu, udhaifu, kutofaulu itaitasababisha wake kupuuza uweza na umuhimu unaoletwa na mume kwao na ndoa yao.

Wanawake walionakili hawawezi kudhalalisha waume wao. Na kuwadunisha, kufanya waonekane hawafai. Wakiwakumbusha Hawafai, wamenona tu na hawawezin kufanya kazi kama waume wengine nakuendelea itaharibu uwezo wao. Waume watajiisi kua hawafai na kuwa washindwa wanapotazama wake zao katika hali ya kupelekea kipimo na kiwango na matarajio ya mke.

Jinsi mume na mke wanavyo wasiliana mbele ya watu ni ya muhimu sana. Wake werevu hawezi kumkosoa mume mbele ya watu wengine.

Wanawake wanao kosoa kuongea kinyume cha mume mbele yawengine ni kuwadunisha. Wanajiisi kua wame poteza heshima machoni mwa wale waliosikia mke akimkosoa mbele yao.

Wanawake werevu umjenga mume wake mbele ya watoto, watoto nao uanza asubuhi kutoa maoni kuhusu wazazi. Mama wanapaswa kuwasaidia watoto kujifunza kuheshimu baba na yale majukumu zake nyumbani. Wanapaswa tena kufunzwa kutambua baba na kazi anayofanya kwa familia.

Kusaidia Kwa Familia

Mke anaweza kufanya haya vipi? Kwa kumkumbatia mume mbele ya watoto akiwaambia watoto machoni pa baba kwamba watoto mna baba mzuri.

Hufanya kazi kwa bidii ili tuweze kupata mahali pazuri pa kuishi. Huakikishia tuna chakula cha kutosha. Baba yenu ni mtu mzuri watoto wengi ukua pila yakua na akina baba wema.

Waume wanahitaji kujengwa katika pharahga na mke wake, wake werevu wanapaswa kufahamu kwanza mojawapo ya lengo la mume ni kukutana na mahitaji ya mke.

Sio tu hali ya mahitaji ya vitu ila mahitaji ya hisia na hali ya mke. Mwanmke anapaswa kumhakikishia mume kua najivunia kua naye, waume wanapaswa kujisihi kua amafanikiwa machoni pa mke wake.

2. MAHITAJI YA MSINGI

Mwanamke hitaji la pili ni la kimsingi lililo na sehemu mbili.

Chakula

Nina uhakika mumesikia habari ya kale kua njia ya kumfikia moyo wa mwanamke ni kupitia tumbo. Kuna ukweli mkuu katika semi hii. Wanaume wanahitaji chakula.

Wanawake wengi ufanya kazi nje ya boma kulingana na mtindo wa kisasa, hisia za waume uchochewa na chakula na kupungukiwa ikiwezekana.

Kuandaa chakula kilicho paswa moto na kizuri kila siku unaweza kuzidisha radha katika ndoa kuliko ufahamu wa

45

Kusaidia Kwa Familia

wanandoa wengi kuandaa chakula kilicho na choto kina ashiria ujumbe kua ninajali sana kile unahitaji.

Mke mwenye akili aweza kutaja ama kujadili mambo muhimu kabla ya kushiriki chakula ha jioni kwa mume wake. Jambo hili uonekana sana kwa wanawake wengi.

Wanawake wanapenda kudhihirisha hisia zao kwa haraka kuliko wanaume. Mume amekwisha tu kufika nyumbani, inawezekana awe amekumbana na vibingamizi vingine vingi kule nje kwa siku nzima na matatizo na shida za wengine.

Wanatafuta jinsi watakavyo kua wafalme wa andaki wana njaa, wanacheka, na wakati mwingine hawataki kunena. Wake inawezekana washangae kwa huo mtazamo wa hali hiyo siku nzima na kuona mabadiliko yanayo patikana kutokua kwa mkewe baada ya lisa au mawili chakula moto na familia yenye sifa.

NGONO

Ngono ni hitaji linguine la kimsingi la mume kwa jumla, msukumo wa ngono kwa mwana mume uko juu kuliko mwanmke.

Waebrania **13:4a,** inatukumbusha kwamba ndoa na iheshimiwe na watu wote, na malazi yawe safi. Mungu aliweka ngono na kuidhamini kua safi, na nimuhimu kuwezesha kukutana na mahitaji ya wote wawili.

Hakuna chochote kilicho kichafu ama kiovu kuhusu ngono na uhusiano kati ya mume na mke waliooana awapaswi kujihisi kua ni hatia au ni mbaya.

46

Kusaidia Kwa Familia

Hawa pasi wafanye mwenzake ajihisi kwa hawana haja na tendo la ndoa kwamba wanafanya hivyo kutosheleza mwenzake.

Wake wanapasua kuweka hii mawazoni jambo hilo sawa ni kweli kwa mume pia, kwanza miili yao sio yao tu. Wakati mume na mke wanapooana wao ufanyika mwili mmoja kila mmoja mwili yake ni ya mwenzake.

Wakati mwingine wake ushikilia kinyume cha waume wao kama kikwazo cha kuwaadhibu au kupata mawazo yao. Ili ni jambo la hatari sana kufanya, wanandoa wanao jitenga wenyewe mbali na umoja huu wa ndoa inaonyesha kua wana shida ya ndani sana kwa ndoa yao. Wakati tendo la ndoa lina tumika kua kama kigezo, inawezekana iwe ndio chanzo cha kuharibika kwa ndoa.

Hitaji ya tendo la ndoa kua waume ni la muhimu sana. Waume wanapaswa kua watulivu na wake zao, waume wananguvu na wake zao, wanapaswa wasiwe kua tendo hilo linaleta machungu kua mwenzake aliye mke.

Waume wanapaswa kujifunza kile wake wao wanapenda na ni nini kinacho waadhiri wakati watendo hili, wanapaswa wafanye jambo hilo liziwe ni kujitosheleza tu binafsi ila hata mwenzake aridhike pia.

Ikiwa wanandoa wataendelea kupata magumu katika maeneo haya ni muhimu tafuta mkristo aliye na uchuzi wa siku nyingi au mshauri atakayeweza kusaidia.

Waume na wake wanapaswa kuwa wangalifu wanaposhiriki jambo la ngono na jamii au na marafiki.

Kusaidia Kwa Familia

Watu hao inawezekana wasiwe wanahitimu kutoa mashauri na kwa njia hiyo wanaweza kusababisha madhara mengi kuliko mema. Sio hekima watu wengi kujua mambo ya ndani ya kifamilia.

Mke na mume hapaswi kuenda kulala wakiwa wamekasirikiana. Bibilia inaweka mambo haya wazi wazi katika Efeso 4:24 inatushauri tusiache jua litue tukiwa tumekasirikiana. Tumekwisha kumbushwa kuwa tunapaswa kushugulikia tofauti zetu kabla tuende kulala.

Wake ni muhimu wanaeleza waume zao kua wao ni waume waupendo. Hali ya umoja ya ngono kati ya mume na mke nisehemu muhimu sana kwa mume. Wanaume wanapaswa kujihisi kua wanapendeza katika maeneo yao ya pharaga kuhusu uhusiano.

Woy Asali wewe ni wakipekee. Neno kama hilo linampa mume uakika kua mke ana furahia na pia ni kipimo inayoonekana kwa macho ya mke.

Woy wewe ni wa kipekee uliye mzuri. Waume wanapaswa kutambua kua wanakutana na hitaji la tendo la ngono ikiwa wanatamani kua mke anaridhishwa na hilo tendo pasi hawapasi kuficha chochote katika ulimwengu.

Hakuna jambo linaloweza kumfanya mume ajihisi zaidi ya mume kama kutambua kua anapendeza mke wake. Ikiwa mtu amepewa kijiti nyumbani hata njiani ili atasema inatosha.

Kusaidia Kwa Familia

TUREJEE HAD.........................

Mhubiri alitumia mahubiri yake akiakifananisha maovu na jinsi vile watu wote ni waovu bila kuepuka.

Mwisho wa mahubiri aliuliza swali la kukanyanganya. Je kuna mtu miongoni mwetu anayedhani kua ni mkamilifu na hana dhambi. Ilipidi aongojee kwa sekundi chache kabla mtu mume karibu na ukumbi aliamka kwa pole kwa miguu yake.

Mchungaji alimuuliza mtu huyo aliyekua na ujasiri baada ya mahubiri yenye nguvu namna hiyo. Je unadhani kwa wewe ni mkamilifu na kabisa huna dhambi.

Mtu Yule kwa haraka akasema la, Bwana, nimesimama hapa kwani haba ya mume wa mke wangu wa kwanza.

Kusaidia Kwa Familia

1. Ni yapi yaliyo mahitaji ya kimsingi ya mume wangu?

   _____

   _____

   _____

   _____

   _____

   _____

   _____

   _____

   _____

   _____

   _____

2. Ninapaswa kufanya nini ndiposa nikutane na maitaji ya mume wangu?

   _____

   _____

   _____

   _____

   _____

   _____

   _____

Kusaidia Kwa Familia

_____
_____
_____
_____

3. **Ni mambo yapi muhimu ninayo jifunza kwa mlango huu?**

_____
_____
_____
_____
_____
_____
_____
_____
_____
_____
_____

Kusaidia Kwa Familia

Mlango Wa 5

Tunapaswa kuongea

Kusaidia Kwa Familia

Alipaswa asirudi new yolk lakini wakutaka kule Florida baada ya siku chache. Alipofika kule Florida alituma barua pepe kumuonyesha kuwa alifika salama. Kimakosa aliandika barua mbili kwenye barua pepe badala ya kuiweka kwa sanduku la mkewe aliweka barua alienda kwa mama mdogo iyawa. Na mchungaji wake alikuwa amefariki siku chache na Yule dada alipofungua komputa.

Aliposoma barua pepe alipasa sauti, akazimia mara hiyo na alianguka toka kwa kiti chake.

Jamii yake na marafiki walikimbia ndani kuona yaliyotukia walimpata akiwa amelala kwenye sakafu walipoisoma barua walifahamu kwa nini alizimia.

Tutatambua kile kilicho mfanya azimie mwisho wa mlango huu.

Waume na wake ni lazima wajifunze kuwasiliana kikamilifu ikiwa unaweza kukutana na mahitaji ya mwenzako.

Kuna kanuni kdaa sinazo husu mawasiliano, yaliyo muhimu kwa wanandoa ; Waefeso 4: 25-30 elezea kanuni za ajabu zifuatazo.

KANUNI 1- Wanandoa wanapaswa kua wawaaminifu na wa kweli kila mmoja nyakati zozote zile. Paulo aliwaambia waefeso waweke kando uongona phedhea na waseme kweli.

Wanandoa wanapaswa kuishi maisha ya kuaminiana. Kuaminiana ni jambo muhimu katka ndoa bila kuaminiana kati ya mke na mume, itakua vigumu kujenga uhusiano wa karibu.

Kusaidia Kwa Familia

KANUNU 2 Wanandoa wanapaswa kuwa tayari kujadili kila jambo lililo muhimu kwa wapendanao. Vitu vinavyo chochea ama kumhudhi mwenzake ni vizuri ikiwa wazi kujadiliwa na wengine. VItu vidogo vinaweza kugeuka na kuwa shida kuu ikiwa ataachwa na kupuhuzwa katika ndoa.

Vitu vichache vinapaswa kuwekwa wazi na kuzungumziwa unaposhindwa kufuatana na mambo madogo itasababisha jambo hilo kuwa la kurudiwa rudiwa kila mara mawazoni pa mtu, na matokeo yake yanaweza kua na upishi na mashindano na mwenzako kujihisi kua mkosa.

Wanandoa hawapaswi kuwaelezea wapenzi wao kua ni kile wanacho sema ni uchafu au ujinga. Hayo mambo mawili yanapaswa kwamba yasitachwe katika mjadala wowote ule kwa kila mmoja.

KANUNI 3 : Hasira, machungu, kufunjwa moyo, na kadhalika ni muhimu ikiusishwa kwa njia ya ufasaha. Ni muhimu sana kuzungumzia kuyahusu kuliko kuhahirisha na kusababisha shida zaidi kwa mke na mume.

Mume na mke wanapaswa kua tayari kumsikia mwenzake anapodhihirisha hisia zake, anapaswa kuwa mwangalifu asiingilie au kusema kwamba mpendwa mwingine ajihisi hivyo.

KANUNI 4 : WANANDOA Wanapaswa kua katika hali ya kumridhisha mwenzake na katika maoni yao.

Wanapaswa kutambua kua wao wanamawazo ya muhimu. Na nimuhimu wasikizwe kile wanacho taka kunena. Wanandoa wanapaswa kuwa wangalifu sio katika hali ya kudakia maneno na kufafanisha ama kusema maneno kwa mpenzi kwasababu anadhihirisha hisia yake na tamanio lake.

Mwanandoa anapaswa kua na mfuto kuhusiana na jambo muhimumkwa mpenzi wak. Jinsi gani mume anapaswa kuwa na uadhiri kwa vitu vilivyo muhimu kwa mwenzako?

Njia moja iliyo kuu ni kuhuliza maswali kuhusu mambo wanayopenda na kufurahia. Jambo likiwa ni kudhihirisha uhalali, na kwa wazi kuonyesha hamu ya kweli ndani ya wapenzi na kile wanapenda.

KANUNI 5: Wanandoa wanapaswa kutunza hisia au kua na kiasi. Maandiko yanafundisha kua Waefeso 4:26, kua tunaweza kukasirika kila nyakati lakini jambo muhimu hapa ni kua usiache hasira ukielekeza katika kutenda dhambi. Ni jambo la kawaida kukasirika lakini usiache hasira ikusume kutenda kiwango cha kutawalwa.

Hisia zilizo elekezwa sikiwa chini ya hasira sinaweza kuvunja mawasiliano katika boma. Unapokasirika unaweza kusema mengi au anayamaze kimya. Mojawapo la jambo hili nzuri lakini inaweza kusababisha mugawanyiko mkubwa sana kati ya mume na mke na kuzuia ule uwezo wa kuongea pamoja.

Mama na baba wanaweza kuweka mawazoni jinsi wanaweza kuitikia na pia mbinu waliyo tumia kwa kushugulikia hasira. Inaweza kuacha umbo katika mawazo akilini mwa mwa watoto ambayo inaweza kurudiwa na watoto baadaye maishani watakapo shugulikia watoto wao wenyewe.

Wewe unakabiliana vipi na hasira? Mpenzi wako usema au kuna jambo linalo kukwaza wewe. Na ni vipi unaweza kuitikia? Uwe mwangalifu sana kablahaujaongea, ni muhimu uwe na muda kufikiri kile utakacho sema.

Maneno yasemwayo katika hasira inawezekana kusamehewa, lakini inawezekana isisahaulike maneno yanayo umiza yanaweza kusababisha ndoa kuharibika.

Mwandishi ibaada yake ya kwanza yamezishi ilikua ni motto mchanga aliyetumbukia kwenye bwawa la kuogelea na bwawa hilo lilikuwa la zamani sana kuhusiana na kile kilicotendekakwa maisha.

Mama alijihisi kua kwenye uzuni mwingi kiasi kua ilimuelekeza katika ugonjwa kushushika moyo na katika hali ile ya upishi na mumewe, mume alipasa sauti, "ulimuua motto wangu" yeye hakua na hali ya kumthuru mke wake lanini neno hilo lilimvunja moyo wa mume kabisa.

Mume aliomba msamaha lakini uhalibifu ulikua umekwishatokea. Mke hakuwahi sahahu kile alisema na kwamba alikuwaitoka mawazoni mwake, sasa hiviwalitalakiana.

Jambo hapa lilikua ni kuomboleza, wote walikua wakiumia badala ya kuomboleza pamaoja waliachana kwa kuonekana ilikua wazi lakini dalili zilisababisha.

Mtu atashugulikia vipi hasira? Ni vizuri atambue chanzo cha hazira, wakati mwingine ni jambo ndogo limesababisha shida.

Jambo likiwa chanzo cha upaya na kwa maneno makali kati ya wapenzi kila mtu anapaswa kua na sababu ya hasira kuliko kusababisha msisimko wa hasira usioleta

Kusaidia Kwa Familia

kiasi.

Ni muhimu mtu atafute chanzo kuliko matokeo unapokasirika kupita kiasi inasababisha kua vigumukumsaidia mtu wakati ana hasira.

KANUNI 6: Wanandoa wanapaswa kukumbuka kua kupima sana maneno wakati wanajadili na kushugulikia shida, hasira na adhabu inaweza kuchangia maneno machungu. Mabadiliko yaliyo na machungu yanayoleta hali ya kutoendelea kwa kiasi.

Wapendanao wanaweza kukasirika kiasi kile wataonekana kua wamefanana, wapenzi wanapaswa wawe watulifu wakati wa hasira na mwenzake, wanapaswa kungojea hasira ipoe ndiposa inaweza kujadiliwa kuhusiana na iliyo kuu na machungu.

KANUNI 7: Wanandoa wanapaswa kukumbuka kua mbinu za kusuluhisha mambo ni muhimu sana mtu atajaribu awezayo kuliko kupakia kwa hazira , hili mke na mume wanapowasiliana katika tendo lolote wamepaswa wawe wangalifu lisijelikachochea shida iliyo kuu.

Jaribu kuu ni kumpata mwenzako, na kuelewa kile alichosema kukuhusu na bila kufahamu kwa kua na kiasi unasema pia kua name nitasema hivi, Kabla ufahamu kila mmoja ameweka ukurasa wa malalamishi yamewekwa wazi ili kila mmoja afahamu.

Hakuna mshindi ama mshindwa wakati wanandoa wanagombana kwa hasira, mke na mume hawapaswi kupasa sauti kwa mwenzake kwa njia ya hasira.

Wapendwa wanapaswa wajitolee kwa kila mmoja na pia kwa Mungu kwamba hawata pasa sauti kwa mwenzake.

Kusaidia Kwa Familia

Wanawake wanapaswa kuwa wangalifu wanapotumia machozi kupata kile wanachohitaji. Machozi yatafanya kazi kwenda fupi sana. Wakati mwingine mume anaweza kukosa kuwasiliana nawe maneno muhimu au shida kwa wake wao.

Mke na mume wanapaswa kuketi chini na kujadili shida wakati huo. Wakati mwingine wanandoa hujaribu kuongea wakiwa mbali kiwango na mwingine.

Wakati mwingine wanajaribu kufanya hivyo wakiwa kwa jumba tofauti ama mwisho wa sehemu ya nyumba. Jikoni ni mahali pazuri pa kujadili mambo.

Mkitazamana uso kwa uso kutasababisha hisia na hali ya udhihirisho itasaidia mwingine kuelewa hisia ya mwingine.

Shikilia lengo la maongeo usiruhusu jambo linguine liingizwe kwa mazungumzo kwa wakati huo inawezeza kujadiliwa wakati mwingine. Shugulikia mambo yaliyoko.

KANUNI 8: Wnandoa wanapaswa kushirikian katika lolote lile katika boma.

Waefeso 4:8 kuongea kuhusu kuiba, wacha mwibaji asiibe tena bali afadhali afanye juhudi akitenda kazi iliyo nzuri kwa mikono yake mwenyewe apate kuwa na kitu cha kugawia mhitaji.

Tafsiri ya kibibilia ni kwamba usiibe hata muda wa mke wako.

Wake wengine hufanya kazi mabli na jamaa yake. Waume wanadhania kua kwamba, kupika, kuosha, kusomesha watoto ni kazi ya mama. Waume ujionyesha kua wazembe kuhusiana na kazi za nyumbani.

Mtazamo mwingine unadhihirisha kwamba waume ni kama lisa 1 ½ kwa jamaa wakusaidia nyumbani, waume

Kusaidia Kwa Familia

wanaotaka wake wasaidie na mzaada wakifedha nje ya nyumba wanajukumu la kusaidia watoto nyumbani. Wao hupakia wakati mama ameenda kazi.

Waume wanapaswa kusaidia wakezao pasipo kuuliswa kufanya hivyo. Wanapaswa kuwa macho wakitafuta njia ya kutafuta wake zao kwa nyumba ama na watoto.

Waume wanatazamia kazi zote kua kufanywa wanatambuliwa kuwa wazembe na wasiotayari kusaidia karibu na nyumba na pia watoto na pia katika mawasiliano na kushukuru mke kwa kazi anayofanya bila hii hali mke ujihisi kua na hasira na aliye wa kupuuza mambo.

Wake wanakazi nje na nyumbani na kasha wanarejea nyumbani kwa kazi nyingine. Waume wanao fika nyumbani na kuchukua T.V kuanza kuona wakati mke anapika chakula,usafi, kutunza watotowaume wanachukua nafasi hii na kumnyanyasa mke. Hili janbo kwa kweli sio nzuri.

Jinsi gani waume wanapaswa kusaidia wake? Kuchukua nafasi ya kupangusa meza wakati wa chakula cha jioni ili litafundisha watoto kimatendo jinsi watweza kuwasaidia wapenzi wao baadaye maishani.

Kuweka maji kwa vikombe mambo machache anayofanya mume yanafanya mke atambue jinsi mume anavyo mfahamu na kudhania mke kwa kazi yake.

Waume wanapaswa kumsaidia kutandika kitanda asubuhi watu wawili wakitengeneza kitanda inafanya muda kuwa mfupi. Inachukua muda mfupi kuliko mtu mmoja anapotengeza kitanda peke yake.

Waume uuliza wake zao wanunue kisuguo cha mwili na akiweke hapo juu kwa bafu. Mara moja kwa juma kabla utoe kwa bafu chukua deki upanguze kwa ajili ya mke wako, mwambie kua utachukua jukumu la kupanguza bafu.

Tupa deki chini kisha ukaushe watoto wanaopenda kuwa wachafu na wanaketi karibu na bafu na ni ngumu kwa mke, jambo hilo litasababisha mavazi kua safi na mavazi wanapohitaji.

KANUNU 9. Wanandoa wanapaswakuwajenga wenzao na kutafuta kumjenga mwenzako kuliko kumrarua. Kanuni hii inapatikana katika kitabu cha Efeso. Kila mtu anasema jinsi anavyosema, na hali aliyokua ndani alipokua akinena kwa kua hilo jambo lingechafua mawasiliano yanayo mjenga na kumuinua ama mawasiliano yanayo haribu na kushusha.

Kwa mfano kua mpenzi wewe unakichwa kibaya hayo ni mawasiliano mabaya na yanafunja moyo, mpenzi wewe unakichwa kizuri na unawajenga wengine. Mpenzi wewe ni mkasiaji sana kinyume na kutoa kwako na unaharibu sana fedha zetu, mpenzi uso wako unaweza kusimamisha saa ya ukuta. Mpenzi nikikutazama wewe muda utulia wima.

Tunapaswa kuwa na mawazo mazuri kujua yale tunapaswa kunena kabla tufungue kinywa chetu na kusema kitu, lazima tutazame jinsi itakapo pokewa.

Kutapasamu, kufurahi kunauakikisho kwa wake wetu kua moyo wake hujagawanyika pia pamoja na mtazamo wake nayo utaleta utofauti katika mawasiliano, wapenzi wanapaswa kuakikishia mwenzake kua ni msaidizi na anafurahia mjadala.

Wanandoa hawapaswi kutafuta kusuluhisha shida, wanapaswa kua mtu wanayemtafuta mtu wa kusaidia.

Ukimtazama mpenzi wako wakati anapokutazama ni

ya muhimu sana. Uasije ukajipotosha kua njia ya kuonyesha mwenzako kua hauna haya naye na yeye sio muhimu.

KANUNI 10. Jifunze jinsi ya kusamehe na pia jinsi ya kusema pole. Yeyote aliyeanza vikwazo aelewe kua upendo ni muhimu ukisema kua pole nimekosea na hiyo ndiyo picha ya kujua upendo ni nini.

Upendo wa kweli unapaswa kua kwao wote mume na mke kusema pole nimekosea. Mpenzi ni naomba msamaha siku maanisha kudhuru hisia zetu.

Upendo unahitaji sisi kusamehe, msamaha wa kweli upongeza na kumshukuru mpenzi kwa ajili ya msamaha juu ya hisia zake.

Mume na mke anayetaka mawasiliano wanapaswa kujifunza kusema nimekosea na pia Jinsi ya kusema ingelikua viema kama zote tungelikua wakamilifu.

Tunaweza kusema mambo na kufanya mambo yatakayo muumiza moyo
ambayo itatendeka jambo la muhimu la kuondoa hili ni kuuliza msamaha.

Mwanamke aliyeolewa akiwa na miaka 19 anaweka mpangilio wa makosa ya mume pamoja na tarehe. Jambo hilo litatendeka na kutafuta mshauri wa ndoa kwa mke wake na mume.

Mshahuri wa ndoa alimwambia mwanamke kua mpangilio wa makosa aliyonayo dhidi ya mume wake inaharibu mume wako, badala ya kumsamehe mume kuhusiana na vitu vyote kwa mpangilio na kisha uharibu mpangilio.

Nitaweka mpangilio mpaka utakapo pata nafasi ya kuomba kuhusu jambo hilo. Dada aliitikia nakusema ataomba msamaha, lakini tafadhali usiharibu mpangilio. Ni mfano tu ya kipekee niko nayo.

Jambonzuri kwa wanandoa kufanya ni kumtazama kila mmoja kuchukua mkono wa mwenzako, mtazame mtu mwingine kwa macho na kufanya yafuatayo:

Mume kwanza sema kua mke wako, tafadhali nisamehe ikiwa kwakweli nimekuhumiza hisia au kutenda jambo lolote la kukudhuru. Sasa kina dada, waambie waume wenu nimekusamehe na ninaenda kusahau.

Wanawake semeni kwa waume zenu, tafadhali ni samehe ilikuwa nimeumiza hisia yako na kufanya chochote cha kukudhuru. Nisamehe na usahau.

Na wakati uo, nyote mnaweza kusema kwa mwenzako kua mpenzi ninakupenda.

Turudi   kwa hadithi...........

Kulikuwa na mtu aliye kua akiishi Newyork alikua akilemewa sana na majira ya baridi kwa hivyo aliamua kwenda Florida. Mke wake naye alikua ameenda safari ya kibiashara kwahivyo alimuita ili amjulishe vile ameamua na kumuuliza asirudi Newyork ila wakutane Florida.

Alipofika alimtumia barua pepe kumjulisha kua aliwasili salama. Na kwa kimakosa parua chache kwa barua

Kusaidia Kwa Familia

pepe silienda kwa dada mchunga wa ndoa aliyekua mke wa mchungaji wa Ayawa. Mume wake alikua tu amekwisha kufa siku moja baadaye.

Yule dada aligeuka kwa takirishi kuona barua, alisoma barua na kasha alianguka chini na kuzimia mara hiyo.

Jamii walikimbia kuona ni nini imetokea, walimpata ameanguka chini sakafuni waliposoma barua walielewa ni nini ilisababisha kuanguka kwake.

Mpenzi nilitaka kukujuliza tu kwamba nilifika salama ninakupenda na nitakukosa ninatazamia tuwe pamoja kesho salamu za mume wako SAM PS, kwa kweli mahali hapa ni choto.

Mawasiliano mema kweli ni ya muhimu sana kati ya mume na mke. Kutokuelewa utokea nyakati tofauti lakini inaweza kurekebishwa na hali inaweza kurudishwa upya na uwe na muda wa kuongea na mwenzako.

Kusaidia Kwa Familia

HATUA YA UTENDAJI

1. Jinsi gani ilivyo muhimu mawasiliano kati ya mume na mke?

_____

_____

_____

_____

_____

_____

_____

_____

_____

_____

2. Ni sehemu ipi ya mawasiliano iliyopo kwa mwenzangu ambayo ninahitaji kushugulikia?

_____

_____

_____

_____

_____

Kusaidia Kwa Familia

_____

_____

_____

_____

3. Somo gani hili muhimu ambalo tunajifunza kutokana na mlango huu?

_____

_____

_____

_____

_____

_____

_____

_____

_____

Mlango Wa 6
Mambo yanapaswa
kubadilika

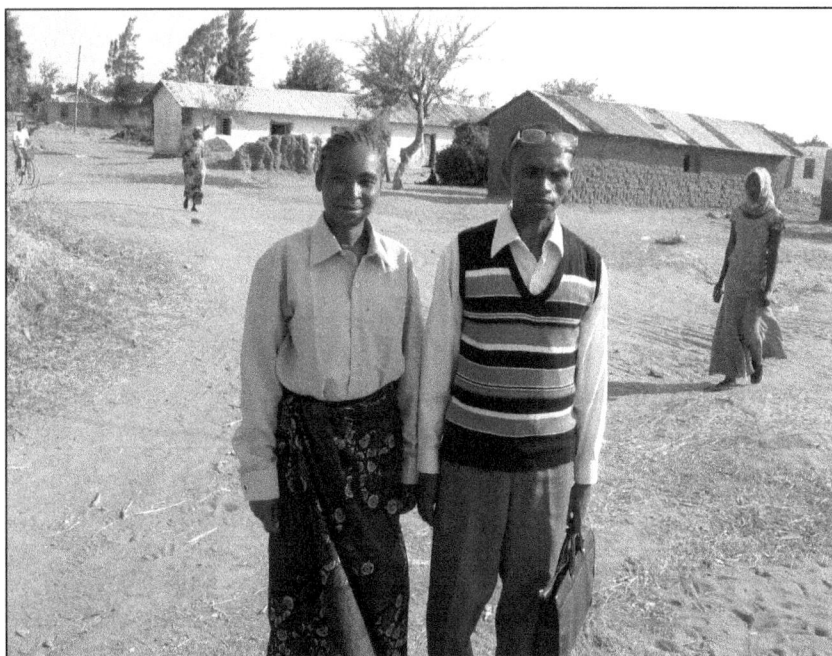

Kusaidia Kwa Familia

Siku moja iliyokua na jua Jumamosi alasili masemeji
walikua wakisafiri pamoja ilikumalizia mradi, wote wawili
walikua na umri wa 30 na 20 yule mdogo.

Na yule mzee aliweka tumaini kwa kijana kwamba
wale wanawe wakiume miaka 10 na 11 inawezekana
wafuate nyayo zake ,na kwanza mtindo unaoweza
kusababisha hali ya mazoea itakayo dumu muda mrefu.
Kijana alifuta sigara ya kwanza ikiwa angali kijana mdogo
wa kiume na miaka 20 baadaye mtindo umekuwa katika
hali ya mazoea. Mazoea haya yalihitaji ndoa kutosheleswa.
Mtu yule alitamani kijana wake angelifuata mfano
wake na kwanza maisha ya kudumu ya kuwawezesha
katika hali ya kifedha, kuwadhuru na kuwafuata kama
kivuli maishani mwake mwote.
Kwa hivyo watu walikua pamoja wakaapa kwao
wenyewe na pia kwa bwana siku hiyo wangaliwacha kufuta
sigara. Mara moja walisitupa sigara zao pamoja na kiberiti
cha kuwashia sigara nje ya dirisha zee la mwaka wa 1954
chevy alichukua kazi akitumai kua hatafuta tena.
Huyo mzee alikuwa ni baba yangu na Yule kijana
alikuwa ni mjomba. Baba yangu hakua amefuta sigara
nyingine kwa sababu alifanya maamuzi ya milele siku hiyo.
Mabadiliko kwa kweli sio rahisi. Lakini mabadiliko
yanawezwa kufanywa kikamilifu na kuchochea uhalibifu na
kuharibu nyumba na kuivuta chini.
Mabadiliko huja tu wakati unapo taka mapadiliko
katika moyo wa familia. Mabadiliko yanaweza kua muhimu
kwa minajili ya maendeleo na aina tofauti katika hali
iliyopangwa.

Kusaidia Kwa Familia

Mtu anaweza kuitikia amri ya Mungu kubadilika katika njia nyingi. Anaweza kua na hazira kwa sababu upungufu wa hali yake umeonekana wasi ikiwasukuma ili kukumbana nao. Mmoja anaweza kupima na kuangalia tabia na kuchagua kupuuza hali na kukubali mabadiliko.

Tunapaswa kuuliza maswali. Ni mabadiliko yapi ninayohitaji ili niwe mtu Yule Mungu anahitaji katika mpangilio kwa ajili ya kua na boma inayohitajika.

KWA NINI TUNAPASWA KUPENDA KUBADILIKA?

Kuna sababu anga tatu.

Sababu ya kwanza ya kubadilika ni kwasababu Mungu anatuamuru tubadilike **Waefeso 4:17** inatufundisha kua kama mkristo hatupaswi kuendelea kuishi kama mtu asiye okoka na kuishi hivi ninasema ataivyo, nakushudia katika Bwana, kwamba tunapaswa kuanzia leo kwenda kama ulimwengu, kwa upotovu wa mawazo yao.

Moja wapo ya jambo linalomzuia asiyeokoka kua mkristo ni kuweza kudhihirisha maishani.

Sababu ya pili inayotupasa kubadilika ni kujiheshimu ili limetiliwa mkazo kua la **fungo cha 28:** wacha kila anayeiba asiibe tena ila aweze kufanya kazi, na kufanya kazi kwa mikono yake mwenyewe, vitu ambavyo ni vyema aweze kuwa na uwezo wa kumsaidia kila aliye nahitaji.

Unaweza kushukuru na kuwapenda wengine ikiwa

utajiheshimu. Kama mtu anapenda na awe katika amani mwenyewe, kwa hivyo atapenda na kushukuru na kua katika amani na washirika wa familia.

Sababu ya tatu tunayopaswa kwanini tubadilike, ni kwa sababu amani nyumbani inategemea kwa hivyo huu ni mzukumo wa Efeso 5:21 mkinyenyekeana ninyi kwa ninyikichwa cha Mungu.

Mume na mke hufanyika umoja wakati wameunganika katika ndoa, ingawaje wao ni watu wawili na wakipekee na sasa hawa wanaitwa mwili mmoja katika andiko. Kila mmoja anafanyika sehemu ya mwingine

Ni saidi ya hali ya asili katika sehemu ya mwili kila mmoja anausika na kushugulikia hitaji la mwili wake, kwa pamoja ni kweli sawa na wapenzi, kila mmoja anapaswa kuweka mahitaji ya mpenziwe mbele kuliko yake hili litahitaji marekebisho na mapadiliko maishani.

MABADILIKO YATATIMIA LINI?

Waefeso 5:8 kutoa mwongozo kwa jambo hili ulikua giza, lakini sasa ninyi ni nuru katika Bwana, enendeni kama wana wa nuru. Watu wengi wangependa vitu vingi kubadilika lakini kuna kipimo cha 180 – viwango tofauti kati ya kua na tamanio ama maamuzi. Mabadiliko huchukua nafasi mara tu unapo tamani kufanya maamuzi.

Kuna hatua nne, inayopaswa kuchukuliwa ikiwa kutahitaji mabadiliko ya kweli.

HATUA 1. : <u>LAZIMA KUWE NA NIA YA KUTAKA KUBADILIKA.</u>

Ikiwa mtu anapitiliwa na ulimwengu wake mwenyewe

akiwa na hali ya kutokupenda kukubaliana na kufanya mabadiliko kwa maisha yake kibnafsi basi mabadiliko hayawezi kufika kwa mtu yule. Na boma litateseka kwa ajili ya hilo na nimipango ya Mungu haitaweza kutambuliwa.

HATUA 2: KILA MMOJA ANAPASWA KUTAFUTA MABADILIKO YA KWELI.

Kuna vile ilivyo tachwa hapo mapema wakati mwandishi huyu alikua kama miaka 11
alikumbana na hali ya kuona baba akiacha kufuta sigara.

Baba yake alifuta pakiti mbili za sigara kila siku, kuna aina kadhaa ya vitu nilijifunza kuhusiana na mabadiliko kwa maisha ya baba yangu.

Jambo moja muhimu kwa mabadiliko yahitaji hatua kuu sio tu nusunusu, baba yangu kupunguza tu kiwango cha sigara robo nusu au thuluthi tatu hakutubilia mbali tu zilizo bakia ila pia hata na kile kiwasha moto alicho kua akitumia.

Baba yangu alifahamu kikamilifu kwa mabadiliko haya makuu yanahitaji kujitolea kikamilifu upande wake. Hakupaswa tu kuacha nusu maana haikukua jambo kama hilo.
Nilijifunza kuwa mabadiliko sio rahisi. Baba yangu alikua mfutaji hasa kwa miaka ishirini alijulikana kwa hali hiyo.

Haikua rahisi kwake kuacha kufuta. Lakini nakuko na alianza kula swatii ya kucheua, nilimtazama na kumuona

71

vita alivyo kuwa navyo kibinafsi.

Kila siku alijaribu hadi siku moja hakuhitaji tena au kuhitaji sigara. Vita vilikua vikali lakini matokeo yalikua mazuri kuliko kungangana.

Baba yangu sasa ana miaka 80 na 40+tangu, uache siku ile ya kipekee ya ukumbusho wa kuacha kufuta. Nina uhakika kua maisha yake yalizidishwa nasi zote, tumebarikiwa maana alipenda kufanya sehemu iliyo ngumu na kufanya mabadiliko yaliyo muhimu.

Mabadiliko sio rahisi lakini Mungu uelekeza familia ikiadhiri mabadiliko yanayoweza kubadilisha familia na kufika katika maeneo ya amani na furaha ambayo Mungu alikusudia nyumba iwe.

Tunaweza vipi kwendeleza nia ya mabadiliko! Kwanza tuweke kila sababu ya kushindwa kubadilika.

Tukitafuta usalamu nyuma ya ukuta wa kudai kua hatungewezana kubadilika, ni kama sababu. Unasemaa kua hivyo ndivyo nilivyo na siwezi kubadilika hauna sababu ya kushindwa kukubali mabadiliko. Siwezi kubadilika kwa sababu nilkuaza hivi, sio sababu nzuri ya kutobadilika.

Hatupaswi kuhukumu wengine kwa kushindwa kufanya mabadiliko katika maisha yetu. Wazazi wapenzi sio masingara, ama hali nyingine ile inaweza kuchangia maishani lakini haitupasi kutuzuia kwenda mahali tunapaswa kwenda.

Tunaweza kuishi maisha yetu lakini tutajukumika kwa kilatendo. Hatupaswi kutumia hali ya kujihurumia ili iwe sababu ya kutobadilika. Tabia ni ya kujifunza na mabadiliko yanatuhitaji sisi kujifunza katika njia iliyo bora.

Tunadhihirisha vipi nia ya kubadilika? **Ya pili** kumbuka kua ya kale hayawezi kubadilika.

Ikiwa tunadhihirisha familia zetu lazima tuamue kua tutasamehe na kusahau. Lazima tufanye mahamuzi ya moyoni kwa kusamehe. Msamaha wa kweli utasababisha kuweka mbali machungu ya kale na kushushwa moyo kua wapenzi wetu na tusiyakumbuke tena.

Yesu alituonyasha jinsi ya kufanya haya. Alitusamehe dhambi zetu na kuahidi kua sitazikwa milele katika ziwa la Mungu la kusahau. Halitakumbukwa ama kutachwa na mtu yeyote.

Tunapaswa kufanya mahamuzi ya kusamehe na kusahau mbali kurasa za makosa waliyofanya wake zetu na tusitaje jambo hilo tena.

Tunaweza vipi kutimiliza nia ya kubadilika? **Ya tatu**, tunapaswa kutambua kua mambo yanaweza kua tofauti na hali kubadilika.

Yaliyoko sasa, ni yaleo, yaleo yanaweza kubadilika, tunashugulikia maisha na kusababisha mabadiliko ya kudumu maishani, na kurasa za siku za usoni kuhusu familia yanaweza kuandikwa tofauti ikiwa tunaweza kufanya mabadiliko sasa.

Iasiah 1:18 inatukumbusha kua Bwana anatualika

tuje kwake sasa, sasasiku zote ni majira ya mabadiliko. Neno la Mungu linapo elekeza Roho Mtakatifu naye anashawishi, na mioyo yetu inayuambia tubadilike huu ni wakati wa mabadiliko.

HATUA YA 3, <u>NJIA YA KUFIKIA MABADILIKO NI YA MUHIMU SANA</u>

Waefeso 5:15 oneni kua mnaenenda kwa hekima sio kama wajinga lakini
werevu tunapaswa kuenenda kwa uangalifu.

Hiyo inamaanisha nini? Ni lazima tuweze kuelewa ni nini kinacho endelea katika maisha ya familia na kuona jinsi dunia inawaadhiri wao.

Ni njia ipi iliyo nzuri kwa kuleta mabadiliko? Kwanza mpango wa mabadiliko inapaswa kuanzisha **waefeso 4:21-23** inaleta umuhimu wa mpango wa mabadiliko. Ikiwa kwa kweli mmesikia yeye na kufundishwa na yeye. Kama kweli iliyomo ndani yake Yesu, unapaswa kumuondoa mtu wa kale (kulingana na mtindo wa maisha mliyo kua mkiishi nayo zamani) ambayo umeharibiwa kulingana na tabia ya uovu, tamaa, na kufanywa upya katika hali ya mawazo yenu. Mungu hutoa mpango wa kubadilika kwake mume na mke neno la Mungu la tushauri kumsikia Kristo.

Kumsikia Kristo inaanza na kumjua Kristo kibinafsi ndiposa anaweza kunena kwetu. Tumeshauriwa kusikia kila kitu Kristo anatuamuru.

74

Yeye anatuchochea twende kwake na mizigo yetu yote naye atatupa pumziko, anapenda kutuwezesha tubebe mizigo ya familia. Anataka boma zetu ziwe boma za mapumziko.

Boma hasibazwi tu kuwa maeneo ya mapenzi iko na shuguli kuhusu Mungu na mipango tu zingine. Ikiwa mume na mke wanamjua Kristo kama Bwana na Mwokozi, mipango ya kibibilia inaweza kueleweka vyema na inatimizwa tu hadi wote mume na mke wawe na uhusiano dhabiti na Kristo.

Sio tu kwamba ni mume na mke wanahitaji kusikia sauti ya Kristo lakini hata pia wanaweza kua wanapokea mafundisho yote ya Kristo. Kusikia tu sauti ya Kristo haitoshi, tunapaswa kujukumika katika matendo.

Mabadiliko ya kimsingi ni ya muhimu sana, ikiwa mabadiliko yatapatikana katika familia, mapadiliko ya kipekee yanapaswa yaonekane katika maisha yetu. Tunaposikia sauti ya Kristo na mashauri ya kipekee kutoka kwa Roho Mtakatifu. Tunapaswa kuungama na kukubali mabadiliko jinsi tunavyoishi. Tanapaswa kuwacha mtindo wa kale na kuanza mtindo mwingine mpya wa kuishi.

HATUA YA 4: <u>MAKAMILISHI YALETWAYO NA MABADILIKO NI MAKUU.</u>

Ni yapi haya yaliyobaadhi ya makamilisho ya ajabu ambayo inaweza kuonekana, waume wanaweza kupuuza majukumu yao ya kweli katika familia, waume watapata heshima kwa wakewao na watoto, wanaume wataendelea na kua nafuraha tele katika nyumba zao.

Wanawake nao watatambua jukumu yao ya kiungu na kutosheka katika nyumba zao. Wanawake watapokea, mtazamo uadhiri, na ulinzi wanaohitaji na tamanio toka kwa waume zao.

Watapata kutamanika na heshima kutoka kwa waume na watoto. Waelewe kukaa na hali ya kukubalika kama mama namke katika nyumba.

Watoto watakua kwa boma mahali wanafahamu siku za usoni na majukumu katika familia. Wafulana watajifunza jinsi ya kua waume wema na baba wema

Wasichana watakua wadada na kufahamu kanuni za Bibilia kuhusu wake wema na kua mama. Wafulana na wasichana ambao baadaye ufanyika waume na wanawake watajifunza kwa mifano na aina ya kutazamwa wanapokua wakichagua wapenzi maishani.

Watoto watakua na nafasi nzuri wakimjua Yesu Kristo katika nyakati za uchanga wa maisha na jinsi ya kukoma kukua katika maisha ya Kikristo.

Kusaidia Kwa Familia

HATUA ZA KIMATENDO

1. Huko tayari kuleta mabadiliko yaliyo muhimu katika familia? Na nikwanini?

_____

_____

_____

_____

_____

_____

_____

_____

_____

2. Ni mabadiliko yapi yaliyo ya muhimu (   ) tunayopaswa kuyafanya katika nyumba zetu?_____

_____

_____

_____

_____

_____

_____

_____

Kusaidia Kwa Familia

3.   Ni jambo lipi la faida nililopata kutokana na mlango huu?

_____

_____

_____

_____

_____

_____

_____

_____

_____

Mlango Wa 7
Wafundishe watoto wako vyema

Kusaidia Kwa Familia

Tony Campolo alisema mke wake ni mwerevu ana shahada la K.P.H.D na anauwezo wa kupata kazi nzuri. Lakini alichagua kukaa nyumbani pamoja na watoto wake wakiwa wangali wachanga.

Maamuzi yake haikumsumbua yeye wakati wowote ila tu wakati wanawake wengine wangalimuuliza wewe unashugulikia sana na nini? Naye angelijibu mimi ni mtunza boma, mimi hukaa nyumbani na kuwatunza watoto wangu pamoja na mume wangu. Walikuwa wakiitikia kwa hali ya kupuuza maoni yake na kumuacha.

Mke Campolo alikua na muhitikio ambao ulifanyika wa kipekee na mwisho wa somo tutapata mwitikio ambayo atapeana anapo ulizwa.

Waefeso 5: 15. Tunapaswa kufahamu mapenzi ya Bwana ni yapi kuhusiana na jinsi ya kuwalea watoto kwa ajili ya Mungu (msemo wangu).

Watoto ambao wamefanyika wazazi na wanaishi pale wanaishi kwa ajili ya Bwana na hayo utukia kama matokeo yanayo endelea. Sio jambo la usiku mmoja wamafanikio kuhusu mabadiliko. Watoto wanapaswa kufundishwa, kulelewa na kuonyeshwa jinsi inafaa mtu awezavyo kumhishia Bwana.

Watu wazima ufanyika kua wagumu sana kufikiwa kwa haraka kuhusu Bwana. Uchunguzi umetambua asilimia kuu kwao wanaofanyika wakristo wanafanyika hivyo wakiwa chini ya miaka 15.

Kila miaka mitano mfululizo asilimia upungua watu wale wanaongojea hadi umri wa kati ama wakati wa miaka ya mapumziko ya uzeeni sirahisi sana wamjue Kristo na kumpokea.

Kusaidia Kwa Familia

Umri ambao Wamarekani wanazeeka wanamkubari Kristo na kua wakristo.

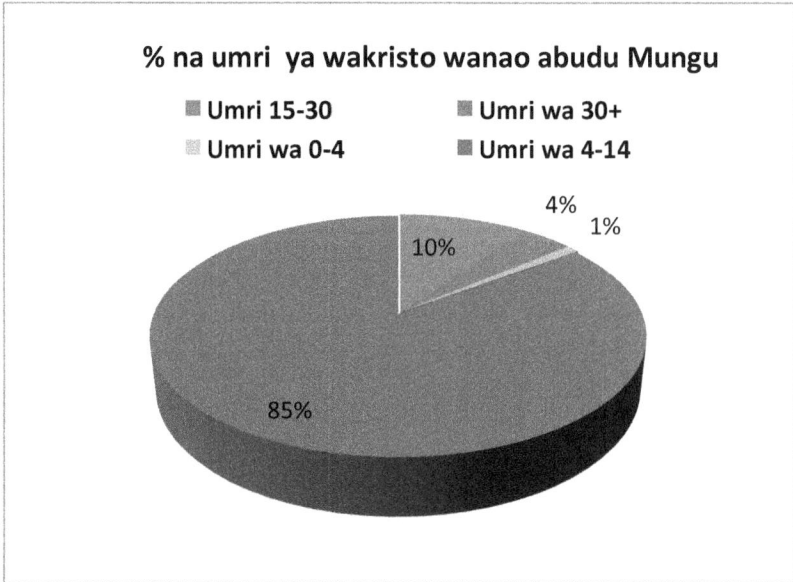

% na umri ya wakristo wanao abudu Mungu

- Umri 15-30
- Umri wa 30+
- Umri wa 0-4
- Umri wa 4-14

4%
1%
10%
85%

   Mpangilio ulioko kwenye grafu inatoka kwa kanisa la Nazarene, Huu ni utafiti wao.

   Maandiko yatufundisha kua kama wazazi tunapaswa kua na majukumu ya kuwalea watoto wetu katika mtindo na mwongozo wa Bwana. Kuna maeneo matatu ya kimsingi ambayo tunapaswa kufahamu na kuwalea watoto ili ikiwa wanaweza kua watu wazima na kukoma kwa Mungu na kufanyika kile Mungu alikusudia wawe.

   Tunapaswa kukumbushwa jinsi wazazi huwalea watoto wao, kwa kweli watawaadhiri watoto wao na watoto wa watoto wao.

   Sehemu ya kwanza tutakayo zungumzia ni upekee wa watoto wakati mwingine wazazi ushidwa kutambua na kupongeza upekee na wema kwa watoto wao.

Kusaidia Kwa Familia

Wazazi hutarajia ata kuhitaji watoto wao kujilinganisha na watoto wengine kuhusiana na talanta, kuonekana na kuendelea. Watoto wawili hawawezi kufanana.

Kama vile alama za vidole vinavyotoa upekee wa kila mwanadamu, tunapaswa kukumbushwa kua Mungu alimuumba kila mtoto na kusudi la kiungu kupanga kuhusu maisha ambayo sio kama ya mwingine.

Watoto uwaza kama watoto, wakati mwingine wazazi utarajia watoto wao kufikiri, kuhisi, na kutenda kama mtu mzima. Watoto hawana uchuzi wa kuwawezesha kama watu wazima wanavyo fikiri.

Wazazi wanadhania kuwa watotot wao wanapaswa kufikiria jinsi wanavyo fikiria. Watoto wana uwezo huohawana uwezo huo wanawaza na kufikiri kama watoto.

Mtume Paulo anafundisha katika sehemu moja kwamba wakati nilipokua mtoto nalifikiri kama mtoto lakini nilipokua mtu mzima nilianza kuenenda kama mtu mzima. Paulo alifahamu upekee na utofauti kati ya mtoto na mtu mzima.

Wazazi wanapaswa kukumbuka kua kila kizazi ni tofauti na kile cha kale. Watoto siku hizi wanasoma katika shule tofauti, wakiwa na waalimu tofauti na ulimwengu tofauti kuliko wazazi. Wazazi wao waliwaelekeza katika njia wanaolea watoto wao wenyewe hadi ukomavu na kungangana miaka yao yote na wanajaribu kuona kua wanajulikana kuhitimu kwa wazazi.

Jambo kuu ni kupongeza na kukubali watoto jinsi walivyo. Wazazi wamepewa kipawa kilichokuu kando na wokovu, watoto wenye Mungu amewaweka katika boma pamoja na kipawa hichi kwa shukrani kuu kwa watoto ambaye Mungu amechagua ufurahishe maisha yetu.

Wazazi wanapaswa kukumbushwa kua watoto Mungu ameweka katika nyumba ile ni chaguo la Mungu, walichaguliwa kufanya kazi ya kifalme.

Kusaidia Kwa Familia

Wazazi wana majukumu ya ajabu kulea hawa watoto kwa mazingira yatakayo mhanda kusoma, kuishi, na kufanya mapenzi ya Mungu.

Wazazi wanapaswa kujichunguza wenyewe kuona kua hawawaelekezi watoto wao kulingana na mtindo dunia. Ulimwengu umeweza viwango ili kila mtoto afikie.

Ulimwengu unaonyesha kilicho bora sana, kilicho na talanta juu, kufanikiwa sana, wakimbiaji wazuri na kuendelea. Ili hali asili mia 99% ya watoto watakua wakiwa hawahitimu viwango vilivyowekwa na dunia. Wazazi wanapaswa kua waangalifu wasije wakiweka watoto katika mtego huo.

Kiwango cha kwanza kinacho tambuliwa na ulimwengu ni urembe. Watoto wanachunguzwa kwanza kabla waondoke kwenye hospitali.

Wengine husema mtoto ni mrembo, wengine wanaweza kusema mtoto ni mgeni nyumbani, mahamuzi yanafanywa kulingana na mtazamo wanje. Mahamuzi ya urembo huendelea hata akiwa katika kukua kwake na watu uwahukumu wenzao kulingana na vile anaonekana.

Kiwango cha pili ambacho ulimwengu unaweka mtazamo ni uerevu. Kiasi kile amepata gradi nzuri ndivyo wanasidi kumtambua kwa heshima.
Uwezo wa kukimbia ni kiwango **cha tatu** ambacho tamaduni nyingi wanamtazamo.
Kuwa na mali ni kiwango **cha nne** tamaduni uona kuwa kiwango cha ubinafsi.

Kuna hadithi ya kweli iliyotukia hivi majuzi kuhusu mtumishi aliyekubali kua mchungaji wa kanisa kuu kwa mji mkuu walikuawa wamemuongoja sana ili wamkaribishe na kuja katika sherehe ya kumpokea kama mchunga ji mpya.

Kusaidia Kwa Familia

Jambo la kushangaza lilifanyika kwamba Jumapili asubuhi dakika chache kabla ya ibaada ya asubuhi kuanza kuliingia mtu, kulingana na hali ya anga kuliingia mtu asiye vaa vizuri na mtu wa ndevu na nywele zisizochanuliwa aliingia kanisani.

Ni kweli wengi walimpuuza kwa kuonekana kwake hawakutaka kumuona na pia wakimhepa walifanya hivyo kwamba hayupo.

Alipita mahali patakatifu kwa upole alitembea hadi sehemu ya mbele hakuna aliyemsalimu kwa kweli ilikuwa wazi kua hakuna aliyetaka kuketi karibu naye. Kwa kweli mtu Yule aliwaona wengine wakimtazama kwa macho yaliyo hashiria kuwa alikua hajakaribishwa katika kusanyiko.

Ibaada ilianza na sifa nzuri za pambio kuhusu upendo wa Yesu na vile anavyo jail kila nafsi. Ilikwa kwamba zilichaguliwa kwa ufasaa. Kuhusiana na upendo wa Mungu hasa kwa watu kama hawa wasio na makao.

Ibaada iliendelea kwa maombi, matokeo na kisha utangulizi wa kumueleza kwao mchungaji mgeni. Wakati mchungaji mgeni alipotangazwa, Yule aliyeonekana kua mwenda wazimu aliinuka kwa miguu yake kuelekea kwa madhabau.

Ushirika uligathabika sana mabawabu walianza kusongelea mahali alipo ili amzuie kupanda kwa madhabau walichelewa kumzuia kupanda kwa madhabau.

Mtu Yule alivua kofia ya nywele na vasi baya nyeusi akafungua asili yake mwenyewe, alikua tofauti na jinsi alivyo onekana.

Kumbe mtu Yule hakua mwenda wazimu kabisa mtu yule alikua ni mchungaji wao mgeni.

Kusaidia Kwa Familia

Ujumbe ulikuwa fupi asubuhi kwa sababu ujumbe ulikua umekwisha kuhubiriwa wakati alipofunua asili yake. Kusanyiko lilikuwa na hofu kuu kwa vile walikuwa wamemuhukumu walijiona kua hawafai kusalimia hata habari.

Somo kuu hapa ni wazi. Hatupaswi kutumia viwango vya dunia hii kukosoa watoto au kufaa na alama za kutosahau na kua na hisia kwamba wazazi hawana furaha na wao.

Mungu hutumia viwango tofauti kupima ufanisi na uweza. **Kitu cha kwanza** Mungu uangalia ni tabia, yeye hutazama kile kilichokua moyoni na hivyo ndivyo alivyo uzuri wa moyo. Mungu alifanya upinde, kuweka nyota angani, na kuweka viwango na msingi inafanya anga samawati, mvuke nyeupe na viwanda kijani kibichi. Mttu sio kuonekana kwake kwa nje ndiko kunao mpendeza Mungu.

Jambo la pili ambalo Mungu anatazama ni ukomafu wa kiroho. Mungu anatafuta watu wanaotaka kujua, kujifunza, na kumtumikia.

Jambo la tatu Mungu anaangalia kwa watu wake ni kua na nia nzuri.
Jambo lanne ni watu watakaoishi kulingana na maelezo yaliyo katika neno lake.

Watoto ni wa kipekee. Hawapaswi kuhukumiwa na viwango vya dunia wanapaswa kuhukumiwa kulingana na viwango vya kimungu. Wazazi ni vizuri kukubali na kupongeza watoto wao na hali yao ya upekee walionao, maana hakuna mwingine kama mtoto wako huyo katika ulimwengu wote.

Na kufikiri kwa mtoto ni tofauti. Mambo yaliyo ya muhimu kwa mzazi yanawezekana yasiwe muhimu kwa mtoto, nyumba safi kucheza mpira kwa   jumla inamaana kidogo kwa mtoto.

Kusaidia Kwa Familia

Vitu vilivyo vya umuhimu kwa watoto vinafaa viwe vya muhimu kwa wazazi. Jambo rahisi wakati mwingi ni zilizo muhimu kwa watoto.

Iwe unacheza kwa uwanja au mahali popote pale, mtoto atapata kiota cha ndege kimeanguka kutoka mtini ili kuwafurahisha wao, inawezekana waje kwako wakikimbia kwa furaha tele kuonyesha jambo hilo mpya kwake mzazi. Ikiwa mzazi atapuuza na kudhiaki basi mtoto anaona kua hili sio muhimu kwa mtoto, ili litawacha mfano mpaya kwa mtoto.

Mtoto anakuja akitangaza ushindi ambao ameupata kwa mchezo wa video. Wazazi wanapaswa kuitikia na kupongeza, mpongeze kwa kumguza mgongoni.

Mpongeze mtoto kwa kufanya kazi nzuri. Wazazi wanapaswa kuonyesha watoto wao kile wanafutiwa nacho na kilicho muhimu kwao.

Nakala kutoka shuleni likiwa na alama ya dhahabu kwa kazi nzuri inapaswa kupokewa kwa furaha na kushangilia kwa matokeo mazuri ya mwanao wa kike au wa kiume. Wakati mtoto anarudi nyumbani kisha aseme kwa wazazi niliulizwa nisome kwa darasa leo. Mwalimu alinieleza kua nilifanya kazi nzuri, wazazi wanapaswa kukumbatia hilo kwa mikono miwili na kupongeza maamuzi ya mwalimu. Hilo ni la muhimu kwa mtoto hasa siku hiyo niya muhimu kwa mzazi pia.

2. Sehemu ya pili iliyo ya muhimu kwa kufundisha mtoto ni muhimu kujenga tabia na mafundisho mema, wafundishe watoto kuwapenda wengine.

Njia moja yakufundisha watoto kuwapenda wengine ni kwa kuonyesha upendo kwa wajane.
Tafuta nafasi ya kufanya maisha kuwa mepesi kwa wajane. Kata nyasi, waletee mboga kutoka shambani, tuma kadi nzuri ikiwa na 20 ndani yake.

Kusaidia Kwa Familia

3. Sehemu ya tatu iliyo muhimu kwa kuwalea watoto katika maisha ni kuwa starehe na usalama ni matokeo ya bidii.

Wazazi ambao kila wakati ndio wanawapa watoto wao na kutokuwapea kazi ya kufanya kua watoto wao wanafundisha somo mbaya.

Nilipata kazi katika fast food restoraunt wakati tu baada ya sherehe yangu ya 16 kwa kuzaliwa niliweka pesa zangu kama miezi sita nikitazamia kununua gari muda tu nitakapopata lisensi yangu.

Niliweka kama nusu ya pesa iliyoweza kununua gari. Baba yangu aliangalia bidii yangu kutumia kidogo na pia kuweka akiba kwa wakati.

Baba yangu alinikopesa nusu iliyosalia ili ninunue, nilikubali kumlipa baba yangu kulingana na mapato ya kila juma hadi deni ikaisha.

Nililipa deni na gari likawa langu hii ni wazi. Nilijifunza somo kuhusu kufanya bidii na kupata dhawabu kutokana na kazi.

Somo hili kuu lilinifaidi mimi wakati wote maishani mwangu mwote. Ninapenda kuegeza jambo hili ndani ya watoto wangu.

Wazazi wanaowapea watoto kila kitu wanawafanya wafanyie kazi vitu walivyo pokea sio walivyofanyia kazi, nikuwafundisha kua watarajie vitu bila kazi.

Wanakua na kukua watu wazima wanaoishi katika ulimwengu wakitarajia kupokea kila kitu walicho nacho wazazi na wanatarajia kua nayo sasa. Matokeo ya jambo hili ni uharibifu wa ndoa au maisha mabaya.

Nina kumbuka wanandoa ambao baada ya kuoana kwao, waliingia kwa nyumba mpya. Walikopa mkopo mkubwa ili kununua gari mpya kwa ajili ya dada na pickup mpya kwa ajili ya mume.

Kusaidia Kwa Familia

Walikuwa na deni kuu ya maelifu ya dolla ya mkopo walianza kupishana juu ya pesa walichukua, muda tu mfupi kisha ndoa yao ilimalizia kwa talaka.

Watoto wanapaswa kuchukua sehemu ndogo ya kazi wanapokua. Baba ni muhimu awatie wanawe moyo wa kutafuta pesa kwa kutokukopa ambayo matokeo yake ni kuanguka. Ila waweze kua wafumbuzi na kutafuta funza ya kazi.

Mama wanapaswa kuwatia bidii yao kufanya kazi hata kulea watoto, kusaidia kusafisha nyumba ya jirani na jukumu nyingine ili kuwana pesa.

Watoto wanaofanya kazi watajifunza umuhimu wa kufanya kazi, matokeo ya kufanya kazi kwa bidii na miitikio ya wenzake kuhusiana na bidii.

4. Sehemu ya nne ambayo ni ya muhimu kwa kufundisha mtoto maishani, ni kuwafundisha tabia nzuri. Wazazi hawapaswi kuwazuia watoto kutokana na hali ngumu maishani.

Nina kumbuka wakati nilikua miaka 11 na nilijifunza kuhusu soap Box Derby ambayo ilikua ikifanyika katika mji wetu ilinisaidia kupanga na kujenga gari la soap Box Derby.

Baba yangu aliniuliza na kunisaidia kuunda gari. Kutafuta vyombo nakuweka pamoja lakini ilinibidi niifadhi msaidizi wakunisaidia wa kulipa. Niliwazia kua ni nani atakaye kua chaguo nzuri. Nilikumbuka mfanyi biashara mmoja aliyeshiriki kanisani mwetu na alikuwa ni rafiki wa jamii yetu. Nilimtaja mtu huyo kwa baba yangu naye alinipangia jinsi nitanena na mfanyibiashara huyo.

Na nilikua na sisimuka kua ninawazo kuhusu gari nililotaka kuunda. Naliwaza na kuwazua mawazoni mwangu kuhusu maneno ningelisema kwa mtu huyu. Siku ilifika nami nilijua tu kua atatoa pesa za kujenga mashini yangu mpya.

Nilimuelezea kuhusu tamanio langu kuhusu kujenga gari na kuingia shirika la Soap Box Derby). Ilikuwa ni vigumu, nilipata maneno n nikamuuliza kama atakua tayari kunilipia katika Derby?

Bwana. Bilbrey akaniambia kua anapenda kunisaidia lakini mambo yalikuwa magumu kuhusiana na biashara yake wakati huo. Alisikitika angeweza kunisaidia Nilishushika sana. Nikana kwemba ulimwengu wangu mdogo ulikua unapomoka juu yangu. Lakini jua ilijomoza siku iliyofuata na maisha yaliendelea mbele.

Baba yangu hakukimbilia jambo hilo nakuniokoa kwa haraka kutoka hali hiyo kushushika kwangu kua kumfadhili mwendesha magari ya safari. Na nilijifunza jambo siku hiyo kuhusu pesa. Niliamua kua nitatafuta njia ya kupata pesa. Mara tu nilipopata kazi kama beba boy nikileta vitu Buletin, na magazeti katika maeneo ya kwetu.

Kushushika, kukata tamaa, na matatizo ni sehemu ya maisha. Watoto ujifunza jinsi ya kushugulikia shida ndogo kupitia masomo ya kujifunza kusuluhisha matatizo madogo kama watoto.

Wazazi hukozea wanaposhindwa kuruhusu watoto kukosea na wenyewe kusuluhisha shida zao ndogo. Wazazi wanawaweka watoto wao katika viwango vya kushindwa baadaye maishani kwa sababu makosa na shida kubwa itaweza kwa hakika kuja ikiwa watoto hawaja weka mitindo yao kutambua, kukubaliana, na kushugulikia shida zao kama watoto, watapotelea katika ulimwengu wa utu uzima.

5. Watoto wanapaswa kujifunza kuweza kuwa na mtazamo na nia nzuri. Wazazi ambao wanatazamia watoto wao kua na mtazamo mzuri wa siku ya usoni lazima wawe mfano bora mbele ya watoto.

Kusaidia Kwa Familia

Wazazi wanao ona kinyume kwa kila kitu na kunungunika dhidi ya kila mmoja na kila kitu, wanaweza kutarajia watoto wao kuweza tu kwenda kwa tabia walizo fundishwa na wazazi.

Hatua ya **kwanza** kuwafundisha watoto wawe na mfano na nia nzuri ni kuonyesha nia nzuri kutoka kwa wazazi. Inawezekana kuwe na sababu nzuri ya kulalamika lakini wazazi wanapswa kufanya bidii kusabisha watoto kutambua kua kulalamika kutamdhuru yule anaye lalamika.

Watoto uangalia kwa umakini sana jinsi wazazi wanaitikia katika hali ya maisha. Ikiwa wazazi niwa kushukuru basi kuna nafasi nzuri kua watoto watakua pia kushukuru.

Basi turejelehe Bi. Campolo mwitikio aliotoa.

Tony Campolo alisema nke wake ni mwema. Yeye ana shahada   ya P.H.D na anauwezo wa kupata kazi nzuri kulingana na elimu yake. Lakini alichagua kukaa nyumbani na watoto wake wakati walikua wachanga.

Ma hamuzi yake hayakusumbua yeye ila wakati wanawake wenzake wangeuliza. Wewe ufanya nini? Yeye angalijibu na kusema. Mimi ni mtunza nyumbani. Mimi hukaa nyumbani na kufunza watotowangu na mume wangu. Wangeliitikia kwa mwitikio huu Oh kisha wanamuacha na kwenda zao.

Bi Compolo alipata mwitikio huu alipoulizwa kile alichotenda ni hii ninajiuzisha na viumbe   vilivyoumbwa katika ukristo wa Judee na viwango ili waweze kupata vizuri habari ya siku za
exlatologia na viwango vya ke na pia utopia pasi wewe ufanya nini?

Kusaidia Kwa Familia

Walimzima kwa haraka na kusema mimi ni daktari au mimi ni wakili, kwa macho yao.

TENDO LA UTENDAJI

1. Ni jambo lipi lililo la muhimu kuhusu watoto?

_____

_____

_____

_____

_____

_____

_____

_____

_____

_____

2. Ni sehemu ipi katika hali yangu ninapaswa kufanyia kazi pamoja na watoto wangu?

_____

_____

_____

_____

_____

_____

Kusaidia Kwa Familia

_____

_____

_____

3. Ni jambo lipi lililo la umuhimu nililojifunza kutokana na mlango huu?

_____

_____

_____

_____

_____

_____

_____

_____

_____

_____

Mlango Wa 8

SEHEMU ILIYO NGUMU KWA ULEZI

Kusaidia Kwa Familia

Kijana anaye palehe alifanya kazi kwa muda wa miezi 6 katika Hoteli ya fast food alikuwa anakaribia miaka $16 \frac{1}{2}$. Aliweka pesa yake kwa kusudi la kununua gari.

Alikua amekusanya nusu ya kiasi kilichohitajika kununua gari la Chevrolet ambalo gari la tani mbiri rangi ya samawati ya anga na nyeupe ikikamilika na rimu nzuri. Gari ambalo kila mvulana wa umri wowote ule angependa kua nayo kwa hali ya majivuno.

Baba yake alimkopesha nusu iliyohitajika ili anunue gari. Lakini chini ya makubaliano kua atalipa hiyo nusu aliyokopeshwa, kijana aliweza kununua gari lakini angelifanya tu hivyo akiwa na Dereva aliye na laisense.

Ilipidi aongoje majuma mengine machache, kasha angekua amefikisha kiwango cha ukomavu ya kupata cheti chake cha kuendesha gari. Baba wa kijana alishauri kwamba asiendeshe gari mwenyewe bila ruhusa hadi apewe kibali cha kwendesha.

Kijana alitoka shuleni ilikua ni alasiri moja kutoka kwa basi la shule na akaamua kua anahitaji angeketi kwenye gari na kusikia mngurumo wa injini ya gari. Walikua wakiishi kama maili 100 karibu na mji.

Naye aliwazia kua hataweza kuumia ikiwa atachukua gari na aende nalo nje hata hivyo ni nani atajua kua nilitoa gari.

Kweli alipeleka gari mashambani! Mwisho wa mlango tutamalizia ni nini ilitendeka.

Kusaidia Kwa Familia

Waefeso 6:1-4, enyi watoto wa tiini wazazi wenu katika Bwana maana hii ndio Haki, waheshimu baba na mama amri hii ndio ya kwanza yenye ahadi, upate heri ukae siku nyingi duniani, Nanyi Akina Baba msiwachokoze watoto wenu wasije wakakata tamaa ila muwalee kwa maonyo ya Bwana.

Watoto wanapaswa kupongezwa kwa mwenendo mwema na kupata nidhamu kwa tabia mbovu.

NI WAKATI UPI MTOTO ANAPASWA KUTIWA NIDHAMU

Watoto wanapaswa kupokea nidhamu wakati tu wanaelewa neno. (LA wanatosha katika kiwango hichi kupata nidhamu kwanza. Bibilia inatueleza kwamba watoto wanapaswa kuelezwa chini ya maonyo na ulezi wa Bwana.

Kina baba wanapaswa kutambua kua wao ndio viongozi wa kupeana nidhamu, nao watatoa hesabu mbele za Mungu kuhusiana na jinsi waliwalea watoto.

Kuna maneno manne tutazungumzia kuhusu kwamba ni wakati upi mtoto anapaswa kupewa nidhamu.

1. Watoto wanapoenda zaidi ya kiwango kilichowekwa pale nyumbani, ni lazima warekebishwe na kupewa nidhamu. Mipaka hii inapaswa kuelezewa vyema na kwa ufasaha na ieleweke vyema na wazazi wote wawili pamoja na watoto. Lakini watoto wanapovuka mipaka hiyo ni lazima wafahamu kua watachukumika kwa kosa hilo.

   Kwa nini niya muhimu kuweka mipaka pale nyumbani? Kwa nini ni muhimu kwa watoto kuelewa

Kusaidia Kwa Familia

kua kuvuka mipaka iliyowekwa itagarimu kitu?
Wazazi wanawandaa watoto kuishi katika jumuya.

Jumuya pia imewekwa viwango Fulani isiyopaswa
kupitwa. Jumuya wameweka ukumu kwa yale
atakaye kuvuka mipaka zizlizo wekwa.

Wazazi ambao hawawezi kufundisha watoto wao
nyumbani jinsi ya kuishi chini ya mashsrti iliyowekwa,
inawezekana siku moja uwaone watoto wakiwa na shida
katika jumuiya.

Wazazi wanapaswa kuwafundisha watoto wao jinsi ya
kuishi peke yao katika ulimwengu unaohitaji wa kuishi chini
ya sheria. Ni mipaka ipi unayoweza kuweka pale
nyumbani?.

Wasitupe mipira ndani ya nyumba, kufungua kabati,
kujichukulia chakula kutoka kwa rifleta, kufungua milango
bila kupisha na kuomba ruhusa, kucheza karibu na
moto,kucheza na vifaa kutu bila ruhusa, kwenda nje ya
boma bila ruhusa, kuvuka barabara bila ruhusa na zaidi
Wazazi wanapaswa kufahamu kua ni majukumu ya
kupeana nidhamu kwa watoto wao. Ikiwa wazazi
hawatafanya hivyo, hakuna mtu mwingine atakaye fanya
hivyo.

Unaposhindwa kuweka msingi na mpaka pale
nyumbani, itachochea kufanya mipaka mingine zaidi katika
jumuiya baadaye. Wazazi ndio watapata lawama kuhusu
kupalehe kwa watoto wao na tabia zao mbovu. Kwa sababu

walishindwa kuweka msingi wa nidhamu wakati motto alikuwa mchanga.

2. Watoto wanapaswa kutiwa nidhamu wakati wanapopuuza mamlaka ya wazazi.
Wzazi wanawashauri watoto kua yardi inapaswa kuondolewa kabla warejee nyumbani kutka kazini jioni. Kaka alikataa kukata nyasikwa njia hiyo anapuuza mashauri ya baba ya kukata nyasi. Huyo mwana lazima ahadhibiwe.

Mzazi anamshauri mtoto asafishe shimo la uchafu, aoshe vyombo, na kuondoa mkeke wa sakafuni kazi hiyo inapaswa kukamilika kabla jioni wazazi wanaporejea kutoka kazini. Wazazi wanarejea nyumbani na wanagundua kua bindi hakufanya vile alishauriwa lazima aadhibiwe.

Jamba hapa sio nyasi au shimo la uchafu shida hapa ni kupuuza mamlaka ya wazazi na kupuuza wazazi , wanapaswa kutambua kua hii ni shida kuu sana.
Wapopuuza kukubaliana kutottii nakupuuzwa kwa mamlaka, wazazi wanapanda mbegu na shida kuu. Watoto wanao wapuuza wazazi wao wakiwa wadogo watasema uongo, kutotii, verbally abuse, na watakuletea madhara kwa wazazi siku za uzoni.

Mtu hawezi kupima maneno haya na kutambua madhala yanayoweza kupatikana asiposhugulikia mambo hayo ya kupuuza maagizo ya wazazi. Wazazi wanapaswa kukabiliana na jambo hilo mapema na kwa haraka katika maisha ya watoto wao.

Watoto wanapaswa kuelewa wakiwa wachanga kuwa wazazi husema kile wanamaanisha na kile wanasema. Watoto hujifunza mapema wakati wazazi wana kosa kufanya vile walisema, basi watoto watafikia uamuzi kua wazazi hawamaanishi kile wanacho maanisha kwa hivyo hawapaswi kudumu kufuata hayo maagizo.

Ikiwa watoto watajifunza mapema kuwa kile wazazi wanasema na kutambua kuwa kuna adhabu kuhusiana kila kutotii na kufanya maagizo waliyopewa na wazazi kwa njia hiyo watakua wanajipanga mapema jinsi ya kuishi kwa jumuiya na kufanikiwa maishani.

Wazazi wanapaswa kukumbusha watoto wao kuhusu mtazamo wa kwanza kuhusu Mungu na kile Mungu hufanya inafanyika kuhusiana na mifano watoto wanayopeanwa na wazazi. Ikiwa wazazi hawataweza kuelezea vyema mbele za watoto, watoto hawataweza kuamini Mungu kua neno linamaanisha kile linasema. Litatimiza kile lisemavyo, ama kuna adhabu kwao wapuuzao maagizo na ukweli uliomo.

3. Watoto ambao wanawachokoza wengine ni lazima waadhibiwa.
Watoto amabao hawafunzwi jinzi kuheshimu halali na vitu vya watoto wengine basi kwa njia hiyo pia watashindwa kufuata na kutii haki na vitu vya watu wengine baadaye maishani katika jumuiya.

Mfano mwingine ni watoto wakicheza na wengine kuhusu toi, matusi, kuharibu, na kuharibu toy za wengine

Kusaidia Kwa Familia

hasipazwi kupuuzwa wakati watoto wanatembelea nyumba zingine kwa ugenini wanapaswa kufundishwa kuheshimu vitu, na pia mahali pa pharaga pa nyumba hiyo. Hawapaswi kupewa uhuru lakini wanapaswa kuelekezwa wanapo enenda vibaya katika nyumba za wengine.

Watoto wanapaswa kufundishwa kua na heshima kwa wengine katika hatari, ndani ya kanisa, hoteli na madukani ni maeneo watoto wanaweza kufuundishwa nidhamu na kujifunza kuwa na adabu.
Sio kutangatanga, kutembeatembea kwa nyasi, na kukosa kucheza katika hoteli ni mifano jinsi watoto wanapaswa kufundishwa kwamba watu wengine wanahaki na haki zote lazima ziheshimiwe.

4. Watoto wanapaswa kuadhibiwa wanapo puuza maagizo ya Mungu na tabia kama kusema uongo, kudanganya na kuiba, kusema tu machache. Inaonekana inapendeza wakati mtoto anasema uongo kidogo lakini ni hatari sana kwa kupuuza hali hiyo kwa ni ndogo hasa kwa watoto.

Watoto wanaoleta nyumbani vitu vya watoto wengine ni lazima waulizwe na wazaz. Kuiba ni vibaya kulingana na neno la Mungu. Iwe ni klidogo kama shilling, Dolla,au million dolla kuiba hakuna jina linguine ila moja kuiba.

Watoto wanapaswa kujifunza kua kuiba ni kubaya unaposhindwa kupeana nidhamu mtoto anayechukua vitu hutakua unatia mayai joto itakayo angua mzazi ambaye atakua mwizi wa vitu vikubwa.

Kuiba kunaweza kuanza na vitu vidogo kama penceli, kitabu kutoka kwa maktaba, kasha ufikie kwa baiskeli, gari lawatu wazima katika ujana wake na kuendelea.

Na kutumia lugha ya ukora ni uaribifu ya wasi dhidi ya sheria yake Mungu. Watoto wanaweza kuonekana wazuri wanaponena lugha ya kinyume kwa sababu imekubaliwa na wazazi. Na pia ni tabia ambayo imezoelewa.

Kuhusiana na umri wao, tafadhali uelewe jinsi wanavyo kua watu wazima, wazazi ambao hawataki watoto wao kutumia chafu ni muhimu wao pia wasitumie lugha hiyo chafu, maana watoto urudia kile wanasikia.

Kusema uongo ni kupuuza neno la Mungu, na kukopi masomo ya mwingine darasani ni ishara kua anapokua mtu mzima atawadanganya hata kazini kama mtu mzima. Kusema uongo ni njia moja ya kutafuta kujipatia mambo kwa njia ya mkato na kwa njia hiyo atakua ni mzazi anayetaka vitu vya urahisi tu maishani.

WATOTO WANAPASWA KUATHIBIWA VIPI?

Wengi katika jumuiya siku hizi wanashikilia mtindo wa kale wa kutumia kiboko. Sisemi kua kiboko ni cha kila mmoja, ila Bibilia ina mtazamo pia wa kupeana nidhamu ya kijumla.

Mojawapo ya faida ya kuchapa ni kwamba inaisha haraka, hali ile imeshugulikiwa, na makosa yanazungumziwa. Wazazi na watoto wanaendelea pamoja mbele, Wazazi wakati mwingi hufanya kazi kwa kujiwekea nidhamu ambayo baadaye hutokea kuwaadhibu wazazi zaidi, kuliko hata watoto.

Umri wa watoto unahitaji pia haina tofauti za nidhamu. Kuna umri ambao kumpiga mtotot hakufai, umri huu lazima uwe ni kulingana na motto. Wakati watoto wanatimia umri wa kuanza kupalehe na miak ya kupalehe pasi kichapo ni vizuri kiachwe. Kichapo lazima lazima husababisha hasara na uhasi.

Kichapo kwa mtoto hakipaswi kua kwa makosa madogo. Kichapo kinapaswa kuhifadhiwa kwa makosa makubwa. Makosa ya kutotii ni lazima yashugulikiwe maeneo haya manne ni maeneo ambayo yanahusu nidhamu na kua njia hizi ni muhimu yashugulikiwe mapema hapo ndipo kuchapwa kunahitajika.

Ni nini unapawsa kutumia unapo mchapa mtoto?
Mtazamo mkuu unapaswa kuchukuliwa mahali hapa waya za stima, kamba, mshipi, na kuendelea; kwa haraka uacha alama na vidonda na inaweza kusababisha majeraha kwa watoto na kaw hivyo haipaswi kutumiwa njia nzuri kwa wadogo ni kutumia kofi kwa miguu au mateke ama kiboko kwa mkono wao. Kichapo kidogo kwa upande wa chini wanapoendelea kua watu wazima.

Watoto hawapaswi kuchapwa kofi usoni au kwenye kichwa. Wakati watoto wanakuja nyumbani wamechelewa kwa kweli wamefika kiwango cha kutochapwa. Kuchapwa kunaweza kuwawezesha kuiga na tapia inaweza kuingiza hasira na uasi kwa sababu wanakua na njia nyingine ya nzuri ya kutoa nidhamu kwao.

Kusaidia Kwa Familia

Kwawazuia wasitumie simu zao, kuona runinga, kutembelea marafiki wao, kuendesha biskeli yao, kununua kwenye duka nene na kuweka jumba chao cha kulala kua safi na kuwa wasi siku zote ni njia chache za kuangalia.

JINSI GANI UNAPASWA KUWEKA MIZANI KATI YA NIDHAMU NA SIFA?

Sifa na zawadi zinapaswa kupeanwa kwa watoto kuhusiana na tabia nzuri **Methali 25:11** Neno linenwalo wakati wa kufaa, ni kama machungwa katika vyano vya fedha, kibuli cha dhahabu, na pambo la dhahabu safi.

Kanuni hii inafanya kazi kwa watoto wetu vyema, maneno mazuri ya kutiwa moyoni na kuwashukuru ni changizo la kuwazaidia watoto wetu na kuweka tamanio la kuwa wema.

Wazazi wanapaswa kukumbuka 95% ya muda na watoto tabia zao sina kua njema. Wazazi wakati mwingine uthebiu uhusiano wanaopaswa na watoto kutokua na adabu wazazi
wanapaswa kujua kua nidhamu uendelea na kusahau.

Wakati wote ukiwakumbusha watoto makosa baadaya kuwapea nidhamu unaporudia kutaja inamaanisha kua mzazi hajawasamehe au kusamehe au watasidi kusahau, sio mtazamo wa watoto kwa ajili ya watoto kwa sababu hawawezi kupendeza wazazi.

Hili linaweza kuwa mtindo wa kudumu katika mtazamo wa kiroho ata hivyo tunathihirisha kwa watoto kuwa, watoto Mungu hawezi kusamehe au kusahau na siku zote atakumbushwa kuhusiana na vitu alivyo fanya vibaya.

Watoto hawapaswi kuadhibiwa kwa ajili ya makosa madogo yanayotokea watoto huwa wanachunga vitu kila wakati. Watoto hawapaswi kuchapwa kofi au kupigwa makelele kwa hajali ambayo langeebuka.

Ikiwa mtoto kimakusudi unatupa pakiti yake yamaziwa kutoka kwa kiti hadi sakafuni basi hilo ni jambo tofauti lakini watoto watapakia kuwa watoto na wao watafanya makosa. Haina ya makosa kama hayo hayapaswi kuadhibiwa   kwa watoto.

Kumbuka kuwasifu watoto kwa tabia nzuri yanidhamu. Unawezaje kufanyahivi kwa jinsi gani? Kwanza wasifu kwa maneno yako.

Methali 3:27, inatukumbusha kua tuna majukumu ya kupea sifa bila kushikilia kwa wale wanaohitaji, usiwanyime mema wale wastahilio kupewa mema, weka mema hiyo yako kwa mkono wako.

Wakati watoto wanamaliza kazi waliyochukumiwa kupewa, wazazi wanapaswa kuwapongeza kwa kazi nzuri waliyokwisha ifanya. Wazazi wanapaswa kuwa waangalifu kuhusiana na kuangalia makosa madogo yaliyofanywa kwa shamba hilo.

Watoto hujifunza kwa mifano na ujuzi. Kiasi kile wanapata uchuzi ndivyo watakapo zidi kufanya vyema shambani, usitarajie wafanye vyema siku hiyo ya kwanza.

Kusaidia Kwa Familia

Tunapaswa kusema **"TAFADHALI" NA "ASANTE"** kwa watoto wetu ikiwa tutawatarajia kusema tafadhali na asante kwa wengine ni muhimu wao kujua kua tunawapongeza na wao wajifunze kulingana na vile tunaongea kwao.

Wakati watoto wamepewa kazi ya kufanya na wakamilishe kazi, tunapaswa kusema asante. Asante mwanangu kwa kukata nyasi. Asante Mary kwa kusafisha vyombo leo. Kwa njia hiyo tunaweka ndani ya watoto wetu hali ambayo wataegeza pia kwa watoto wao.

Watoto wanapaswa kupongezwa kwa ajili ya tabia na kuenenda vyema mbele ya watu. Jhnny, Mommy alifurahia sana vile mlivyo tulia na kuketi kanisani. ASANTENI kwa kuwa wafulana wema kanisani.

Unapotingiza kichwa chako unapowapongeza watoto huwa inawatia moyo., na kwa hali ya kumgongagonga kwa mgongo na kuwambia ni kazi nzuri waliyoifanya ina umuhimu mkubwa sana. Kutabasamu na kuwaguza kwa mkono wako kuna umuhimu sana.

Kuwazawadi watoto kwa safari spesieli na kutembea maeneo kwa sababu ya kutenda jinsi wamefanya. Inamchochea mtoto kutaka kumpendeza mama na baba.

SASA TUREJELEE HADITHI............
Kijana amekuwa akifanya kazi hasa miezi sita (6) kwa

hoteli ya fast food, alikua akikaribia miaka 16 ½ aliweka pesa yake yakutumai kununua gari lake mwenyewe.

Alikusanya kiasi cha nusu ya kiwango kilichohitajika kwa ajili ya ununuzi 1961 chevrolet impala. Tani mbili ya rangi ya samawati na nyeupe na magurudumu safi ambayo motto wa umri hii hakua nayo nakujivunia kuwa nayo.

Baba yake alimkobesha kiasi cha pesa kilicho salia ili aweze kununua gari anbayo mshahara wangu utakaolipia deni. Kijana alikuwa na uwezo wa kununua gari lakini angliweza tu kuendesha tu akiwa na lisence ya kuendesha.

Ilimpasa aongojee majuma machache hadi akomae kiwango cha kupata cheti cha kuendesha gari. Baba wa kijana alimshauri asiendeshe gari barua ya kujifunza ichukuliwe na lisensi.

Kijana aliruka kutoka kwa gari la shule alasiri moja na angeweza kupinga kukaa kwenye gari lake jipya na kusikiliza chini ikinguruma, familia waliishi umbali wa mita 100 kutoka kwa ukingo wa mji.

Alisema kwamba hatajukua muda au maumuvu kutoka kwa gari na kwenda mashambani. Hata hivyo ni nani atatambua hayo?

Aliweka funguo kwenye gari na kupiga stata yake mfereji wa kioo ukinga kua undani na msukumu wa mota ulitikiza gari kwa mshindo na nguvu na wenye nguvu.

Kabla ajisaidie mwenyewe alikanyaga kilaji, kuweka gari kwenye mwondoko wa nyuma akiwa ameliondoa na kuelekea nje w.25 ST kuelekea njia ya mashambani; nje

Kusaidia Kwa Familia

ya mji.

Alisafiri kiasi cha maili chache kabla alejee nyumbani. Alirudisha gari pale alipolitoa kabisa. Akitumai kuwa baba yake asingelitambua kwa gari limesongeshwa.

Aliketi mbele pale wakati wazazi walirejea kasha akamangalia kua baba yake aliliangalia gari hilo na kisha akamwangalia kijana.

Alipanda hatua na kufika mahali kulikua na lori na kumuuliza kijana je aliendesha gari alasiri ya leo? Damu iliteremka kutoka kwa uso wa kijana, kwa mtazamo huu kwa baba yake alijua vipi kua niliendesha.

Ndio bwana, niliendesha tu karibu ma boma, na hakukua na traffiki njiani name nikaweza jua gari linapaswakuendeshwa kiasi ili ipate moto kwenye betri.

SAWA, alimwambia mwanawe asiendeshe gari bila lisensi basi nipe funguo za gari alisema baba. Nami nitakungojea uchukue lisensi yako Juma lijalo. Atahivyo utaongojea pia majuma mengine wawili baadaye kupata laisensi yako. Kisha nitakupa funguo za kuendesha gari.

SAWA ya kijana ilikua ni nini na Yule mtu alikuwa ni baba yangu. Hayo mawili ya kutendeana nikipita gari nililolinunua ikiwa tu nisingeliendelea kutotii nilifunzwa somo kuu kuhusu kutii.

Baba yangu alichagua njia nyepesi ya nidhamu ili anifundishe umhimu na somo nililopaswa kujifunza kama kijana.

Kusaidia Kwa Familia

1. Ni sehemu iliyo ngumu kwa kua mzazi?

_____

_____

_____

_____

_____

_____

_____

_____

_____

2.Ni kwa njia zipi ninazoweza kurekebisha kuhusiana

na vile mimi uhadhibu mtoto

wangu?_____

_____

_____

_____

_____

_____

_____

_____

Kusaidia Kwa Familia

3. Ni kitu kipi kilicho na msaada nilichofaidika nacho kutokana na mlango huu?

_____

_____

_____

_____

_____

_____

_____

_____

_____

Mlango Wa 9

MUGENI NISIYE MTAMBUA NYUMBANI MWETU

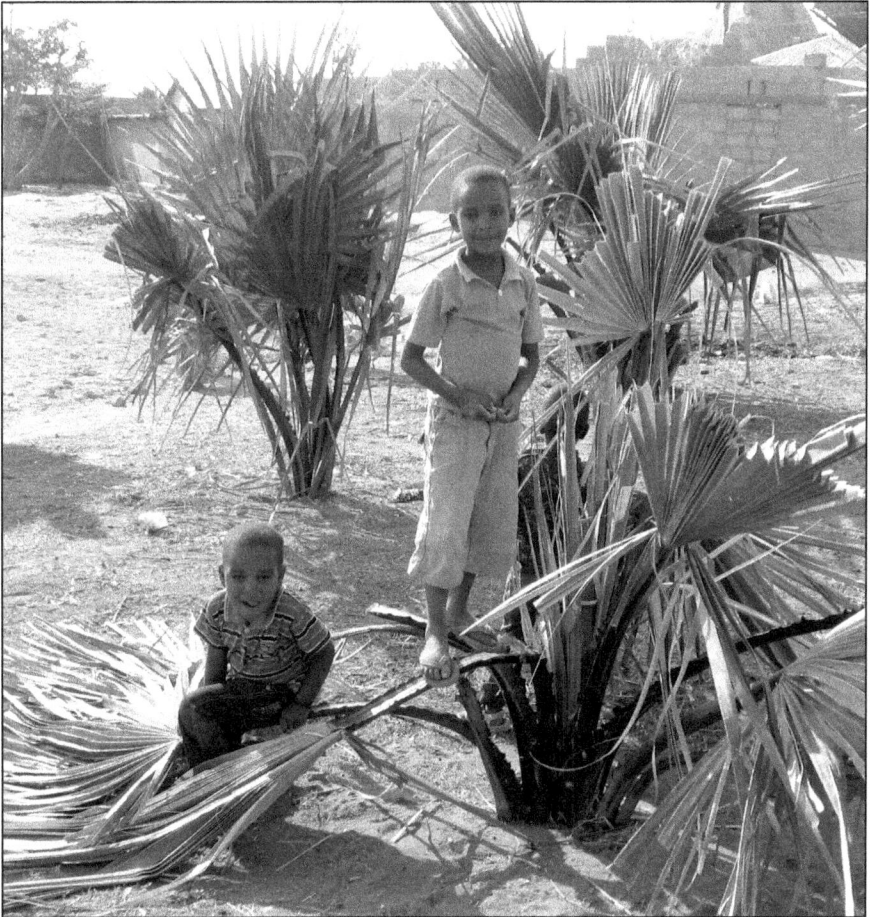

Kusaidia Kwa Familia

Methali 20:11 hata mtoto hujulisha kwa matendo yake.

Kwa kazi yake ni safi
Kwamba ni adili

Kijana huyu alifaulu kufanya birthday ya 12 na kwa haraka aliamishwa kwa kijana aliye palehe. Mtindo wa shule uliwauliza vijana kujukumike na mambo ya kiuchumi katika kiwango 7 na wasichana mambo yakibiashara ya kimsingi wawe na kiwango 8.

Mojawapo ya hitimu za uchumi wa nyumbani ni kujifunza mambo ya kimsingi kuhusu upishi. Siku moja yeye na wenzake waliulizwa waandae mikate snaki) kwa darasa lote. Jukumu walilokua wamepewa ni kupika mkate VITUMBWA.

Kadi ya maelezo ilikua imeandikwa juu ya kadi 3x5 na kalamu ya wino. Na mtu mwingine alikua amenyunyiza maji kwenye kadi na kusababisha wino kutabakaa na kisha maelezo mengine yakakosa kuonekana vyema.

Na upishi wa vitumbwa ulikamilika. Vitumbwa vilikatwa vipande na kulainishwa na kuwekwa kwenye moto, silinukia vyema wakati silikua sikikandwa nazo silikua sikifutia tayari kuliwa sikiwa katika hali ya kupoa.

Muda ulifika wa kuonja kitumbwa kijana alichukua karatasi na kuchukua kitumbwa akafungua kinywa chake na kula kiasi kikubwa. Oh nitashiriki hadithi yangu mwisho wa mlango huu.

Miaka ya vijana ni miaka ya fujo, kuchanganyikiwa na kuhurunia wazazi wakitafuta jambo la kufananisha ili kukabiliana na hali hiyo.

Kusaidia Kwa Familia

Mipaka na kusaidia watoto kuingia kwa utu uzima inaweza kua hali ngumu. Ninakumbuka wakati wa kwanza kwenda kwa duka la mall nikiwa na msichana wangu anayepalehe wakati mwingi hakupenda kutembea karibu nasi. Je huyu ndiye Yule msichana niliye kuwa nikimlea na kumbeba mapegani mwangu mahali popote pale nilienda?

Tulitambua pia mabadiliko mengine ya kwanza kuonekana pale nyumbani. Alianza kutumia muda wake mwingi kwenye jumba lake mlango ukiwa umefungwa na ye alipenda kutumia muda mwingi na na marafiki wake kando na familia yake muda mfupi.

Alikua na mapadiliko na kwa njia hiyo alionekana kwamba ni mgeni asiyejulikana kwenye nyumba.

Nina hizi kwa kila kizazi cha wazazi hujiizi namna hiyo kwamba kizazi kinacho fuata huchangia mawazo machache sana kuhusiana na siku ya usoni. Haya yota hutokea has asana kulingana na mchanganyiko ulioko kati ya vijana na wazazi wao. Hili ni jambo la kawaida na hutendeka kwa kila kizazi.

Ninaona hakuna tumaini kwa watu wa siku za usoni na has asana vijana wa kisasa kwa kweli vijana wengi wanapotoshwa kiwango, nilipokuakijana mdogo; nilifundishwa kuhusu kuwatii watu wazima lakini kizazi cha vijana wa kisasa ni wasio na ufumilivu na wasio na waso na hekima (shairi la kiyunani miaka 3000 iliyopita).

Kwa miaka kumi iliyopita nimeangalia maisha ya vijana kwa kizazi hiki cha mchanganyiko (New York city) na nimeshawishika kua hata kizazi cha wapagani kuna mchanganyiko huu huu hasa wakirumi katika karne yao wakushuhudia mchanganuko kama unaoonekana sasa kukosa heshima ukweli na pia maisha yaliyopotoka kuhusiana na nyakati zake.

(Suldivan   ives, kule New York mwaka wa 1864) "Vijana wengi wanajivunia kama miinuko na tapia ya sokwe

Kusaidia Kwa Familia

mtu" (mwaka wa 1951- Hal Boyle) haukua haya.

Vijana wengi lawatafuta wazazi, walimu au vijana watendakazi watakao valia kwa jinsi yao, wanatumia lugha na matamshi ya kizazi ya kimtindo. Wanataka kusikizwa sio kudunishwa. Wanawatafuta watu wazima watakao waelekeza katika njia iwapasayo kwenda.

Wazazi pamaoja na vijana uamua kujitenga na kutoenenda pamoja katika majira yao ya kupalehe, hii ni ya kawaida na nisehemu ya kukua na kufikia hali ya kujitegemea maishani.

Wazazi wanapaswa kufanya wawezavyo kusawazisha mambo kuakikisha kua wakati wao wale watoto wanaweza kua upande wao katika miaka yao yakupalehe. Itakua sio rahisi sana kukumbana na hali yao kuhusiana na mambo mengi, hali hii inaleta migawanyiko kati ya wazazi na vijana wao.

Mlango huu mfupi lakini wengi wao utegemea sana na kutazamia katika mitazamo 4 inayosababisha.

Kutokua na uvumiliifu kwa wazazi: ni chanzo moja ya mgawanyiko kati ya wazazi na vijana. Wazazi wanapaswa kukumbuka kua vijana wana mambo mengi ya kujifunza maishani. Hawajakua bado watu wazima maishani.

Wazazi wakati mwingi wanatarajia vijana wao kuenenda kama watu wazima na hekima ambayo kwanza hawajafaulu. Wazazi hujaribu kuwakosoa vijana kuhusiana na viwango amabvyo hawawezi kuitimu. Wanatazamia vijana hao kufikiri, kuishi, na kuenensda kwa njia na tabia kama ya wazazi.

Wakisha kuwalea kwa viwango hivyo vya juu katika nafasi, wazazi wanakosa utulivu wanapokosa kuona vijana wao hawajaenenda vile walitarajia wawe.

Kusaidia Kwa Familia

Kutokuchukumika, maamusi mabaya na mwenendo wa kitoto hutatanisha wazazi na matokeo ni kuasi.

Watoto wengi hungangana katika hali yao ya kupalehe na kukua , ili hali wakiitaji ulinzi kutoka kwa awzazi wao. Wao pia hushushika moyo wanapo kosa kuwaona wazazi wao na matarajio yao yakikosa kutimia.

Wazazi na vijana wanapaswa kuvumiliana. Hawapaswi kua na matarajio makuu kuhusiana na hali na mwenendo wao vijana wengine wakati matarajio yao hayajaonekana.

Kuweka hali ya mawasiliano kati ya wazazi na vijana wao ni ya muhimu sana. Wazazi na vijana wanapaswa kufanya bidii kuwasiliana mmoja wao na mwingine ili ni jambo ambalo wote wanapaswa kushugulikia maishani.

Usalama wa wazazi: Ni sehemu nyingine ya wazazi na vijana. Wazazi wakati mwingine wanahitaji usalama wanaposhugulikia hali ya vijana.

Wakati mwingine vijana wanapofika miaka ya kupalehe, huwa wameleta na kupanua mawazo ya kuamini na uhuru kutokana kwa wazazi. Waliruhusiwa kuondoka nje ya boma. Walipaswa kuruhusiwa kucheza katika uwanja wa boma na wasitoke nje ya boma.

Wakati wanajifunza kuendesha baiskeli mipaka yao inazidi sana katika miaka yao ya kubalehe wanatazamia mipaka yao kupanua.

Wazazi wanaulizwa wawe wakupeana mwongozo kwa watoto wao. Watoto wao wanafanya jambo la kiasili la kuhitaji uhuru zaidi wa kuwawezesha kukua na kuendelea. Sasa wanaanza kufanyika wazazi wachanga.

Mawazo ya kuwaweka watoto katika hali ambayo wanaweza kujifanyia mahamuzi yatakayo wadhuru, pengine miaka yao yote maishani kwa sababu ya wazazi.

Kusaidia Kwa Familia

Wazazi wanapaswa kuwaamini watoto wao wanapo palehe. Wazazi ambao wamefanya bidii kuweka kanuni za kitabia na maisha ya nidhamu ni lazima wawaamini watoto wao wanapofanya mahamuzi.

Kwa kweli, wazazi wanamahamuzi machache. Watoto wao wanakua na pia watakabiliwa na maisha yaliyo sawa, ambayo inawezekana tu kufanya mahamuzi.

Wazazi wanauwezo wa kuelezea usalama wao. Umoja kati ya wazazi kuhusiana na kupeana mahamuzi ya kiujumla kwa vijana wao kua.

Wazazi wanapaswa kufanya mahamuzi wanayoyafanya ambayo yanahadhiri watoto wao. Wanapaswa kua na muda wa kuelezea mawazo yao kuhusiana na mahamuzi yanayofanywa kwa vijana wao.

Sio jambo la muhimu sana kuhusu watoto siku zote kukubaliana na wazazi, lakini ni ya muhimu kwao vijana kutambua kua wazazi wamechangia sana katika hali ya kulelewa kwao.

Hayo tena yatazidi kwa wazi kuweka misingi na mipaka, ambayo wanapalehe hawawezi kuelewa. Vijana wanapaswa kutambua kua wazazi wanawaamini.

UTOFAUTI ULIOPO KWA WAZAZI:
Ni sehemu ya tatu inayoleta upingamizi kati ya wazazi na vijana. Vijana na watoto wa nyakati zote wako siku zote wakitafuta sifakutoka kwa wazazi.

Inawesekana wasienende vile wazazi wanavyotaka wazazi wawe karibu nao. Kwa maneno mengine ni kwamba wanahitaji wazazi wao wasiwe mbali nao.

Jambo hili linaweza kuonekana kinyume hatahivyo ndivyo ilivyo. Wazizi wanapaswa kutambua kua vijana miaka yao imejaa changa moto. Dakika moja watoto

Kusaidia Kwa Familia

wanaonekana wamekomaa na dakika inayofuata wao ni watoto kimatendo.

Wazazi wanapaswa kushikamana na watoto wao. Sio katika hali ya uwazi ila kwa mtazamo wa hisia katika hali ya uhusiano. Vijina wanapaswa kwa kijihisi wako. wazazi wanafurahia kile wanafanya na kuendelea kwao.

Njia moja ya haraka kushababisha umbali na kuendelea kati ya wazazi na vijana ni wakati wazazi wanatafautiana na vitu vijana wanafanya na niyamuhimu kwao.

Mwana anaweza kwenda kikundi cha mchezo, lakini kama mkurugenzi wa kikundi cha mchezo. Hili ni jambo la maana sana kwake. Anajivunia kukua kwake.

Anaulizwa tu kutenda jambo ambalo ni umhimu. Amechaguliwa zaidi ya wote ni jambo nzuri sana kwake, na kwa njia hiyo inafanyika jambo nzuri kwa wazazi pia.

Pindi inawezekana wasiwe katika uchaguzi wa kuendesha gari vyema shuleni. Ila anaulizwa kutumika katika kamati ya kuendesha magari.

Ni wanafunzi wachache tu ndio waliulizwa kutumika kwenye kamati hiyo hili ni jambo nzuri kwake na anajivunia hali hiyo. Ni mpango nzuri kwake inapaswa kua mpango mzuri kwa wazazi pia.

Vijana siku zote huwa hawakubali mambo sana kuhusu kufanikiwa maishani mwao. Wazazi wanapaswa kuwauliza vijana wao kwa majadiliano wakiwa wasikivu sana, wakisikiliza mambo yaliyo muhimu kuwahusu wao.

UENDELEZI WA WAZAZI. Ni moja wapo ya upingamizi mkuu kati ya wazazi na vijana. Wazazi wanapaswa kua katka hali ya kuendele katika maisha yao ikiwa wanatarajia vijana wao kumaanisha kuhusiana na mahamuzi wanayo waambia.

Kusaidia Kwa Familia

Ni vigumu sana watoto vijana kushika na kufanya maagizo ambayo baba anasema ikiwa mama uingilia kinyume cha maneno ya baba kuweka nyumba safi ikiwa mama uongea kinyume maagizo ya baba.

Wazazi wanaoshindwa kuishi maisha ya kuendelea washishangae kuona kua watoto wa hawaudhurii kanisa has asana wakati wazazi wanatoka nyumbani.

Ni muhimu wazazi kusema jambo sawa, lakini ni ya muhimu sana wao kuishi maisha yaliyo sawa maneno yao yanaweza kunyauka lakini maisha yao ya kila siku itaadhiri na kusikika masikioni mwao.

Kuna mambo ambayo vijana hutarajia kutoka kwa wazazi wao. Vijana wakati mwingi udhania kua wana mahitaji yote maishani.

Shida ni kua hawafahamu ni swali lipi linapaswa kujibiwa kwa wakati upi maishani mwao. Wazazi wanapaswa kuona jinsi ilivyo ya muhimu kuwaweka vijana wao kwa ajili ya siku za usoni na kuwazaidia kutunza maisha yao mapema.

Kupangilia, kujukumika, kusawadi, kukosa ukomavu. Jambo la muhimu wanalohitaji vijana ni **ukomavu**. Jinsi vile wazazi wanaweza kusaidia vijana wao kudhihirisha ukomavu.

Kuna nguzo nne sinazo shikilia nyumba katika kiwango cha ukomavu. Hayab ni majukumu, **kumakinika**, zawadika na hasara.

Wazazi wanapaswa kwanza kuweka majukumu kwa kazi wakati watoto ni wachanga. Matarajio ni lazima yaelezewe. Muda pia lazima uangaliwe.

Watoto wanapokuwa watu wazima basi majukumu zaidi yanapaswa kupeanwa. Kuelewa matarajio kutoka kwa vijana na kutimiza kazi hiyo iliyowekwa kwake itakuwa ni

Kusaidia Kwa Familia

tendo la kusababisha hisia ya kujukumika ambayo itakua ya muhimu sana anapokua mtu mzima kiukomavu.

Kujukumika kunapaswa kufuatana na ukakamavu wa wazazi kwa vijana wao. Vijana wanapaswa kutambua kua wakati wa mabadiliko na kutegemewa unakuja.

Wakati huo wa kutegemea utahitaji hesabu kuhusiana na ukamilifu na mipangilio ya siku za usoni kutimiliza majukumu iliyo mbele yao.

Kujukumika bila hesabu upeana mtazamo mbaya kwa vijana. Wanapaswa kujua kua wanajukumika na nimuhimu kumaliza kazi aliyopewa.

Mtindo wa kuwekesha majukumu, ni ishara ya kuonyesha matarajio kulingana na muda uliowekwa, na kua na ahadi ya kuchunguza na kuendeleza ukomavu na kuinuliwa kiwango cha hisia cha ujana.

Wakati vijana wamefanikiwa kikamilifu kukamilisha majukumu yao kwa ufasaha zawadi ni lazima azawadiwe kwake. Vijana ujifunza ufumilivu na pia kazi ya bidii huleta dhahabu.

Hii ndio somo muhimu kwao. Makomavu hufundisha kwamba wanapaswa kufanikiwa kikamilifu, kazi na kumaliza kazi huleta zawadi.

Vijana wanapaswa kujifunza kua wakishinda kutimiliza majukumu waliyopewa, watateseka na kupata **hasara**. Hili ni la muhimu sana kuliko kupokea zawadi.

Ni yamuhimu wao kufahamu kua usembe na kukosa bidii, na kucheza pasipo majukumu ya kufanya yanakuja pamoja na gharama. Vijana wakati mwingi huwapima wazazi wao; suluhisho huja tu wanaposhindwa kutimiliza majukumu waliyopewa na wazazi.

Kusaidia Kwa Familia

Wazazi wanapaswa kusimama imara na kuwafanya wajukumike. Itawagarimu hata vijana wao kitu ikiwa watashindwa kutekeleza waliyoambiwa kufanya.

Jambo lingine vijana wanahitaji ni kuweka kiwango cha **kujisimamia**. Wazazi wanapaswa kuelewa kua watoto wao wanaenda kukua na kukomaa. Kutoka nyumbani na kuishi mahali pengine.

Maandalizi ya matukio ya kudumu yanaweza kuanzia tu anapoanza kwenda shule ya chekechea hadi shule ya upili.

Uhuru huu huja tu wakati tunaanza na watoto wanapojifunza kutumia kisu na uma wanapokula chakula cha jioni na kuendelea na kucheza mbele ama nyuma ya ukumbi.

Inaendelea hata na ruhusa kuhusiana na jambo la kulala na marafiki kwao nyumbani. Baiskeli upanua mipaka ya watoto hadi kufika kwa jirani.

Sherehe za shule, mikutano ya vijana kanisani kwenda kwenye mall na rafiki kufanya manunuzi inazidisha viwango vya kujisimamia.

Wazazi hutambua kua kuna jambo kule nje mahali ambapo wanaweza kuwaamini watoto wao. Wanapaswa kushinda hali yao ya kutokua na usalama na kuamini mafunzo ambayo wamepeana pamoja na tabia ya watoto wao.

Kupoteza tumaini matokeo yake ni kupoteza vijana. Kudunisha uaminifu lazima idhihirishwe na kuaminika na kua wa kujitegemea.

Jambo la tatu watoto wanahitaji kutoka kwa wazazi ni hekima wanapochagua wapenzi wao wa maisha. Uzima ni jambo la kujaribu na ni ngumu sana nyakati kama huu kwa vijana.

Kusaidia Kwa Familia

Miili yao hupadilika pamoja na hisia yao ya kimitindo, hali ya kihomoni inaanza na kijana kwa wakati huu hawezi kuelewa ni nini kinachoendelae kwao.

Hawana huakika ni nini inaendelea hasa sana mama hawajui ikiwa watakupaliwa na wenzao. Wanajihizi kua hawafai na pia katika hali ya kiisia ya kuona kua wale wengine wanafaa sana kuliko yeye atakwa kuonekana.

Huu ni wakati ngumu sana kwa vijana. Wazazi wanapaswa kuelewa wakati huu wamaisha yao.
Vijana ni watu wasio na uweza na kwa njia hiyo wanaweza kutumiwa vibaya na watu wazima na wale vijana walio na ujuzi. Wazazi wanapaswa kuangalia mwenendo wao kwa umakini na pia kujua marafiki wao. Ni lazima waweze kuwatambua wale wanaoelekeza watoto wao kinyume.

Yule ambaye ni rafiki wa kijana wa kumuoa ni muhimu wazazi kumjue. Wazazi wa kikristo wanapaswa kupeana kila kanuni ya Bibilia wanapo washauri watoto wao, ni nani watapaswa kuoa au yupi sio.

Kifungu kizuri cha wazazi cha kibibilia kinachopaswa kusomwa kutafakari wakati wa mshauri kijana ni
2 wakorintho 6:14-16

Msifungiwe nira na wasioamini kuna uhusiano ipi iliyoko kati ya wasioamini na walioamini, pana ushirika upi kati ya giza na nuru! Pana upatanisho gani kati ya kristo na deliali? Au kuna sehemu kati ya asiyeamini na aliyeamini? Kuna ushirika upi kati ya Ekalu la Mungu na sanamu kwa kua ninyi ni hekalu la Mungu aliye hai kama alivyosema Mungu nitakaa kati na kutembea kati yao nami nitakua Mungu, nanyi mtakua watu wangu.

Kina mama wanapaswa kua na muda kuongea, na kusikia na pia kuwashauri vijana wa kike kuhusiana na nyakati hizi ngumu. Wanapaswa kukumbushwa kua wao ni wa dhamana kwa hivyo hawapaswi kujiuza kwa mambo ya kuharibu udhamana wao.

Kusaidia Kwa Familia

Kina baba ni muhimu pia wafanya bidii kuwashauri watoto wao wa kiume wanapofikia ulimwengu wa kupoza. Wanapaswa kuwakumbusha jinsi wakristo vijana wanapaswa kuenenda.

Wanapaswa pia kuwafundisha udhamana wa wasichana wanapaswa kupoza. Hawa wadada lazima washugulikiwe kwa heshima na vijana waonekane kuwa wenye kuheshimika.

Vijana wengi hawapendi kutambua kiasi kikuu wanachopaswa kuhitaji wazazi wakati wa majira haya. Wazazi wanapaswa kuchukua hatua ya siada ili wafikie mahitaji ya vijana wao kwa uongozi kuhusiana na maisha ya umhimu maishani mwao.

Sehemu ya mwisho ambayo vijana wanahitaji mzaada kutoka kwa wazazi ni kulea na kujiunga na sherehe za kujifunza. Bibilia yasema: Mlee mtoto katika njia atakayoiendelea na atakapokua mtu mzima hataiwacha.

Pengine kifungo hichi kimetafusiriwa sio kwa upana na pia inaweza tu kuhusu mausia ya kiroho. Lakini elewa kwamba kifungu hichi kina nguvu zaidi kuliko vile tunavyo kitazama. Na ina umaana wa ndani hata hivyo.

Kifungu hiki kinasisitisha upekee wa mtoto. Watoto wameumbwa na Mungu, ni wa kipekee na dhamana wakiwa na kusudi na lengo maishani kutimiliza.

Wanamilki utu wa kipekee, talanta na uwezo, niya muhimu sana wazazi kusaidia vijana hawa kutambua upekee walionayo maishani.

Kuhusu jinsi mtoto atakavyo kua ina maana kua ni kumuelekeza mtoto kuhusiana na njia atakayopitia maishani kulingana na talanta yake.

Watakua wenye furaha kuu ikiwa wataona kua Mungu

Kusaidia Kwa Familia

alikusudia kuweka mwito juu ya maisha yao. Wazazi wanapaswa kua wakakamavu kwa kuwachia watoto nguvu.

Vijana inawezesha wanayumbayumba katika mahamuzi na jambo hilo linawafanya wajaribu kupata hali ya maisha itakavyo wapeleka.

Wazazi wanapaswa kufanya kila namana ya kuishi na kuleta vifaa vinavyohitajika ili vijana wapate hisia ya mwelekeo wa kuelewa kile Mungu ameegeza kwa ghala kuwahusu wao.

Vijana wengi upita kutoka shule ya upili hadi chuo. Wazazi wanapaswa kuhusika na hali hii iliyo muhimu na mahamuzi yakimsingi katika maisha ya vijana. Wanapaswa kusaidia wao kuona mema na magumu na kuhusiana na mahamuzi wanayotazamia kufanya.

Wazazi wanapaswa kuwa wangalifu kuakikisha kua kila ndoto iliyomo maishani mwa vijana, wanapaswa kuwachochea vijana kuota ndoto yao ya kufikia ndoto yao vyema.

Miaka nyingi ya vijana huwa na mchanganyiko katika mahamuzi. Wazazi na vijana wanapaswa kujipa moyo na kusema msijali mambo huwa tu jinsi hiyo.

Wazazi wameusika katika hali ya kuelekeza mtazamo wa watoto wao maishani kwa sababu wanawapenda na kuwatakia mema.

Vijana wako tayari kupanua mipaka yao, kuinua mbawa zao, na kupaa kiwango cha juu ambacho hawajawahi kua maishani. Wajaribu mbawa zao kutambua kua kupaa ina muda wake wa kupeana kila wakati.

Itarejea na majeraha na miinuko ingawaje ni matokeo ya kutoka kwenye kiota ili wasafiri maeneo yasiyojulikana zaidi ya mipaka yao.

Kusaidia Kwa Familia

Wazazi wanapaswa kujivunia vijana wao. Maisha yote yanainuliwa kwa nyakati kama hii ili wajivunie na kuvukavuka kwenye milima na kupata ulinzi nyumbani na kupaa katika mkoa mwingine mbali zaidi.

Wazazi wanapaswa kufanya wapendavyo kuwandaa vijana wao na kuacha mengine. Ni vizuri waamini kua yale mafundisho wamekwisha kupeana na kutumainia kile vijana wao wamefanyika kua.

SASA TUREJEE KWA HABARI YETU YA VITUMBWA.
Vitumbwa vile vilikua vimeiva na inafutia ikiwa kwenye kaunta. Kuwa kijana hivi karibuni hakukuzuia kukosea. Ingawa ilionekana nzuri na kunukia vizuri wakati alionja ilikuwa mbaya.

Hawakuelewa ni nini ilikua mbaya alifuata maagizo vile alistahili kufuata na vile vitumbwa havikutokea vile alivyokusudia kua.

Alimuita mwalimu na kujaribu kufafanua vile alivyofanya.
Naye pia alionja vitumbwa hivyo.
Akaangalia ile kadi ya mwongozo iliyo kua karibu na oven (kibasha joto) alianza kusoma kadi ile.

Viungo moja kwa moja na kijana alifurahia sana kwa amefuata mpangilio huo wa kila kiungo. Alifikilia kiwango cha kuweka viungo vya magadi ilikua imefutika kwa sababu ya tone la maji na wino ilichafua. Alimuuliza kijana! Uliweka kiasi kipi cha magadi uliyoweka kwa vitumbwa? Nusu kikombe ($^1/_2$).

Kulikuwa na majira ya ukimya kwa muda. Mwalimu wake kwa mwitikio aliitikia kwa kusema kadi hasa ilikua ikisema $^1/_2$ ya kijiko na magadi kuna kiasi kingi cha magadi.

Mwandishi ni Yule kijana. Siku zote nitakumbuka kile mwalimu aliyofanya baadaye. Aliniambia Roy hii sio makosa. Ulifuata mwongozo lakini ulikosea kama vile watu wengine hukosea. Hata sisi tutakapo gawa vitumbwa hivi kwa darasa zako hizi sitakua specieli, sitaifadhiwa na hazitaguzwa na mtu yeyote. Utapokea alama ya A kwa ajili ya vitumbwa.

Sijawahi kusahau maneno yale mwalimu aliniambia katika kiwango cha gradi ya 7 ni somo kuu hasa kwa wazazi na vijana.

Wazazi wanaweza kufikiri kua mashauri yaeleweka kwa vijana. Kila wakati kuna sehemu ya kadi ambayo inaweza kukosa kuonekana na kwa kiwango kidogo ukiangalia machoni kuhusiana na ufahamu wa kijana.

Wazazi wanapaswa wawe waangalifu ili wasifunje moyo wa vijana kwa kuchukua muda mwingi kwa kubanga makosa yao.

Wanapaswa kuchukua muda kuwasaidia wafanyike bora kwa kua Mungu anajambo la kipekee kuhusu kila mmoja ambalo ameliifadhi.

Unaweza kumwona mtu tofauti kwenye nyumba, lakini huyo mgeni sio mgeni kamwe. Ni kijana akiwa kwenye mapito ya kufanyika kijana mkamilifu kua mtu mzima atajifunia kua.

Kusaidia Kwa Familia

HATUA YA UTENDAJI

1. Ni jambo lipi vijana wanahitaji kutoka kwangu kama mzazi?

_____

_____

_____

_____

_____

_____

_____

_____

_____

2. Ni mambo yapi ya kimsingi (nyuso) ninaloweza kutumia kufundisha vijana kukoma na jinsi ya hisia?

_____

_____

_____

_____

_____

_____

_____

_____

3. Ni jambo lipi lililo muhimu nililopata kutoka kwa mlango huu?

_____

_____

_____

_____

_____

_____

_____

_____

_____

_____

Mlango Wa 10

Yako, yangu na yetu:
Jamii iliyoshikamana

Kusaidia Kwa Familia

Dereve wa Tracta nene alipoteza mwelekeo na kuingia kwenye kijibothi kwenye barabara inayofanya kazi sana na akaimonda vipande vipande.

Alipanda kwenye chombo hicho na kwa dakika chache lory lilianguka na kukatokea watu wengi.

Watu waliokota kila kipande cha buthi ya kwanza na kujipaka mafuta kwa kilammoja waliaanza kuunganisha vipande pamoja.

Kwa masaa kama nusu saa walikuwa na buthi nyingine mpya ikiwa imeunuliwa. Kwa mshangao! Dereva akamwambia Yule mkuu wake chombo kile ulichotumia kuweka vipande vyeupe pamoja viko wapi?

Mwisho wa mlango **tutapata** kujua chombo cheupe ni kipi na kilifanyaje katika hali ya kimiujiza kufanya vyombo vyote kua pamoja.

Tamaduni za Marekani inaanza kupadilika, utafiti unasema kua moja kati ya ndoa mbili zote ni kumalizia talaka. Mojawapo ya matokeo ya kusidiza talaka ni matokeo kwa jamii zilizo shikamana kuzidi sana kwao kama familia.

Familia iliyoshikamana ni ipi? Kulingana na kamusi ni familia iliyoshikamana kati ya baba, mama na watoto walioshikamana siku zote wanatambuliwa kuwa jamii iliyo shikamana katika uhusiano.

Kila moja kati ya arusi tatu kule marekani sinamalizia kuendeleza jamii kwa kuingiana na msemo huu na kwanjia hiyo wanafanyika kua familia iliyoshikamana au ukoo moja.

Kama mchungaji, mwalimu, na mshauri nimefanya kazi na jamii nyingi zilizo shikamana kiukoo hasa kwa kiasi cha miaka 30.

T. Tena, baadaya kifo cha mke wangu nilioa tena na hata hivyo nikafanyika moja wapo ningali mmoja wa jamii ya mke wangu aliye kufa (ukoo).

Kuna miazo mingi inayopatikana zaidi ya mlango huu, ambayo inawezamingi inayopatikana zaidi ya mlango huu, ambayo inaweza kuendeleza ukoo, unao ngangana kuona kua infanya kazi.

"Mfano wa kijamii" inadhihirisha mpangilio mkuu iliyo na kichwa chake kua" familia ya ki ukoo" iliyoandikwa na Natalie; Nichols Cillespie. Mlango huu utaegemea sana juu ya jambo hilo kama chanzo kwa mlango huu.

Kuna baadhi ya matukio, yanayofanya jamii iweko. Kila mmoja utokea na upekee wake wa watu, utu, mazingira, wakati mwingine vita na shida.

Chini kuna matukio 5 tofauti ya kiambatana na shida na kutoa njia ya kusababisha kila hali kua na manufaa na kua anga bora.

Tukio la 1 mtu aliye na watoto anaachwa pekee kwa sababu ya kifo au talaka kutoka kwa mpenziwake. Wana kutana, uchumba, kupendana na kisha kumuoa dada mwingine. Huyu dada haja wahii kuolewa na pia hana watoto wake mwenyewe aliyewazaa.

Mume na mke siku nyingi uenda katika uhusiano na mtu tofauti wa matarajio. Waume ufanya makosa ya kupuuza kua mke atajaza nafasi sawa na aliyokuwa akifanya na mke wako.

Hawatarajii wao kuenenda na kufaa kama mke wa kwanza na kua mke wa kudumu kwa watoto wao.

Mke mgeni kamailivyo ambaye hajawai kuolewa siku nyingine. Naye anatafuta mapenzi na kujenga uhusiano na mume wako. Malalamishi kama mwanandoa.

Jukumu la mke ni mpya kabisa kikamilifu anapoulizwa kufanyika kwa haraka au kuitwa mama inawezekana iwe ya kumchosha.

Kusaidia Kwa Familia

Wake wakati mwingine hujiishi kutatanishwa, kuhudhika, na kupotelewa na hamu wakati amepewa majukumu ya kulea watoto wa mtu mwingine wakati mwingine watoto huakikisha jambo hilo pia.

Mtu mume anapaswa kufahamu umuhimu wa kujenga uhusiano mgeni na mke wake kwanza. Nilanzima aweke muda kuhusiana na uhusiano wa kindoa.

Anapaswa kufanya bidii kumfanya ajiisi kua bora na kupeana ulinzi anayohitaji katika ndoa. Kuwapea watoto nidhamu inapaswa kua jukumu lake katika mwanzo wa ndoa. Anapaswa kufanya hivi kusuia furugu kati yake mke wake mgeni na watoto wake.

Watoto wanapaswa kujifunza kutoka kwa baba jinsi ya kumshugulikia na kumheshimu. Jukumu lake na watoto na kazi yake nyumbani pamoja na majukumu yanapaswa kufafanuliwa kikamilifu ili wote wafahamu.

Kwa njia hiyo itajukua muda kupata heshima na ujasiri wa watoto. Ataweza kujifunza jambo hilo kwa wakati.
Tukio la 2 mwanamke na watoto huachwa pekee kwa sababu ya kifo au talaka ya mpendwa wake. Ukutana, kuingia kwa upendo, na kuolewa na mtu mwingine. Mume huyu hajawaioa na hana watoto wake mwenyewe.

Wanawake, wanaowalea watoto wao wenyewe kwa uwezo wao ujipata katika hali mbaya. Kupeana vifaa vuinavyohitajika kuhusiana na hisia za watoto wao inaweza kua ngumu katika hali ya kujifunza.

Mwanamke wakati mwingi hukosea anapomwona mume wake mgeni kua ndiye jawabu la kupumzisha kutokana na mzigo ambao amekua akibeba.

Ikiwa mke atarundika majukumu kuhusu watoto kwa mume mgeni, basi uasi na mashindano inaweza kua matokeo. Watoto uamini kua wana baba na kwa njia hiyo awahitaji baba mwingine.

Baba wa kambo anapaswa kuwa na umakini mwingi anapopeana nidhamu. Wazazi wa kuwazwa wanapaswa kuweka kanuni za kuelekeza nidhamu hasa.

Itachukua muda kwa wanandoa wapya kuweka msingi dhabiti kwa watoto, ili litatimia tu ikiwa watachukua muda kujenga uhusiano na kushikamana pamoja.

Wake wanapaswa kua waangalifu na sio kupuuza na kumzima mume mbele ya watoto. Kuongea dhidi ya mume au kuingia katika mjadala na watoto kuhusu matukio na hali ambayo mume hana habari kuhusiana na jambo hilo, umfanya ajihisi kuwa nje ya jamii.

Kuna mipaka kati ya kunidhamisha na kupuuza kiwango sha mume katika boma (nyumba)
Kumzima mume mbele ya watoto itadumisha mamlaka yake na inaweza kusababisha watoto kupuuza na hata kupuuza maagizo ya baba.

Watoto hawapaswi kulazimishwa kumpenda mzazi wa kambo. Mama mwerevu atatambua hili na kufanya kila jambo kuona kua heshima kwa baba wa kambo imerejeshwa.

Watoto wanapaswa kuonyesha heshima hiyo hiyo kwa ajili ya baba wa kambo jinsi wanavyopaswa kama vile wanavyotenda kwa walimu wao, wanasheri na kila mmoja aliye katika mamlaka.

Tukio la 3 mtu aliyetalakiwa awe mume au mke pamoja na watoto wakiolewa na pia kutalaki mume au mama aliye na watoto hali hii ni moja wapo ya tukio lililo ngumu kutenda katika mwanzo wa uhusiano.

Kusaidia Kwa Familia

Lakini ina muguzo mkubwa sana wa ufanisi. Mama na baba wote wanachochewa kuwaweka familia geni.
Jamii hii iliyoshikamana inaweza kua ngumu. Watoto ukumbana na hali ya kupoteza wakati baba yao mzazi ambaye ana watoto pia.

Sasa wanapaswa kushiriki wazazi wa kiasili na sio tu wazazi ila tu hata na watoto. Nafasi yao nyumbani imeshirikishwa na mzazi mpya inawezekana kuingia kwenye mji wa kigeni, kuishi kwa nyumba jipya, kupadilisha kushe geni, na pengine kupata marafiki wapya katika jamii iliyo shikamana.

Wanandoa ambao wametalaki na kuolewa ni mhimu kukumbuka kua watoto wote wanapendana.

Wakati jamii mpya inaundwa, kwa gafla inaweza kuwa maono ambayo watoto wengi ushikamana na wazo kuwa wazazi wao watakuja kulejeana tena.

Masomo yanaonyesha kua miaka miwili ya jamii inamajira ya miak ya mageuzi na ya muhimu sana na kiwango cha muda mrefu wa jamii iliyoko.

Jamii zinapaswa kutarajia mchafuko na kuwa tayari kukupaliana, onyesha huruma, ufahamu, na nehema kwa familia yao geni.

Kutakua na hali tofauti katika uhusiano kati ya washirika wa aina hii ya jamii ya kambo, viwango tofauti vya uhusiano, muunganiko, na upendo kati ya watoto wa baba yak ambo na watoto wengine. Wazazi wanaweza kufanya kazi hii, lakini ili ifanikiwe itahitaji bidii.

Tukio la 4 mzazi amekufa na kuwalea watoto wapendwa uingia kwa upendo na kuoa tena inaleta mpenzi mpya nyumbani.

Kumpoteza mpenzi au mzazi huacha machungu kwenye jamii. Mpenzi mmoja uoa na kuleta mtu mwingine mpya kwenye nyumba. Ni wazi kwamba familia kwenye nyumba kuwa

Kusaidia Kwa Familia

aliyefariki itaamka tena.

Mzazi mgeni au mpenzi anapaswa kufahamu kuhusu haya na kujua kua hata wao watakumbana na hali hiyo wakati Fulani.

Huzuni unaweza kuendelea kwa miaka. Jamii zilizosana sinapaswa kuchukua hatua ili kuweza kuponya kutoka kwa huzuni ili waweze kujenga jamii iliyoshikamana.

Jukumu la wazazi wa kambo katika hali hii ni kufanyika marafiki na walezi kwa watoto. Hawapaswi kupuuza jukumu kama wazazi, kwa sababu watoto hawajakua tayari kupata wazazi wapya.

 Jamii hawapaswi kuaibika kwa kumheshimu aliyefariki kwa kuchukua picha yake aliyependwa na kumbukumbu. Lakini katika uangalifu mkuu ili isije ikasababisha tena huzuni ama kuwe ni kama sanamu kwa familia kuhusiana naye aliyefariki.
    Ni ya muhimu sana kufanya masingira ambayo itaruhusu ukomavu na umoja kati ya wapenzi na pia kati ya watoto na wazazi wao.

    Jinsi ya kufanya jambo hili ni kuweka viwango uwanja wa michezo na kwa njia hiyo tunaweka msingi kwa wazazi wa kambo na wale watoto wanaweza kusonga mbele pamoja; Jambo hili sio rahisi, lakini inaweza kufanyika.

    Tukio la 5 watoto wanakua chini ya ujane au waliotalakiana wazazi uamua kuoa tena.
    Tuna matukio ya usawa kuhusu jambo hili nilikuwa mjane wa kiume nikiwa na watoto wakubwa waliooa nilipooa tena. Wanandoa walio wajane wanapooa bado wanadunisha ukoo wa kifamilia ya kwanza.

    Kuunganika na kushikamana kati ya watoto wa hapo na wale wageni ni wagumu sana maana hawajakua na uhusiano wa kila siku kama watoto wanaoishi nyumbani.

Kusaidia Kwa Familia

Uhusiano unaweza kujikokota kwa miaka na inawezekana isifikie katika umoja wa kweli

Uoga kuhusiana na mambo ya usoni, urithi, vitu vya familia, wakati mwingine huleta mfurugo kati ya mzazi wa kwanza na mpenzi pamoja na watoto wanaokua.

Hesabu ya mambo muhimu yanapaswa kufanywa kuondoa uoga na kujumuishwa na watoto katika mahamuzi.

Mawasiliano kati ya mzazi na watoto wake wakubwa kuanzia mjane wakiume na uchumba katika uhusiano, inaweza kuleta mabadiliko makubwa sana.

Watoto wanapaswa kuelezewa vyema mapema kuhusiana na mpango mpya ya wazazi. Kuwachulisha kama umechelewa inaleta picha ya hatari kwa wale watoto wakubwa wa mjane.

Tukijumlisha watoto katika mshangao na kuwafanya waonekane kuwa wa dhamana katika jamii kwa macho ya wazazi wao na kujiisi kuwa wako salama kwa wazazi wao.

Kujenga jambo lililo muhimu kwa watoto na kueneza mambo hayo kwa watoto ni ya muhimu sana.

Hawa wasichana wanapoona mke wa baba yao akivaa vazi la mama yao aliyefariki ni la kufunga moyo kabisa (kukasirisha).

Mwana akiona pia mama yake mume wake mgeni akiwa amefariki mavazi ya baba au bunduki iliyokua ya baba pia inatatanisha na kukasirisha.

Kwa kuwapa kila pindi uhuru wa kuamua kuhusiana na mavazi, na kuwapa pia vijana wa kiume.

Uhuru wa kujagua wanayopenda na kuwaeleza kua wao ni wa muhimu kwa baba na mama.

Kuwasababisha watoto kujua urithi wao ni usalama kua wao pamoja na mpendwa mgeni watashugulikiwa katika usawa na kuanzia hiyo itafungua mlango wa kukua pasipo matatizo na uhusiano huu utakua wa afya.

Kusaidia Kwa Familia

Mjane wa kiume anapaswa atengeneze makao mapya kuhusiana na Yule mke wake mgeni katika mioyo ya watoto wake na vijukuu pia nafasi hiyo ikitawaliwa na mtu mwingine kando ya Yule aliyefariki itakua ni bora na ya kipekee kwa wajukuu na watoto pia.

Ikiwa Yule bwana atashugulikia vyema, kwa furaha watafungua mioyo yao na kuumba nafasi ya kumweka mzazi wa kambo.

Haijalishi jamii geni ni ya aina gani, kua na mapato mazuri na mzaada wa Mungu, jamii, na marafiki, jamii yako ya pili inaweza kupata kutiwa moyo na tumaini.

Sasa tulejee hadithi yetu……………………………………

Wakati dereva wa lori alipoteza mwelekeo aliingia **kwenye** toll buthy tupu na akalimonda
vipande vipande.

Alipanda juu yake na muda si muda kama dakika lori liliwafutia watu wengi. Waume waliokota kila kipande cha toll buthy kilichofanyika na kuondoa baadhi ya mafuta.

Udhamana kwa kila mmoja walianza kuunganisha vipande kwa pamoja. Muda usiozidi lisalimoja buthi ilikua imerekebishwa na kua mpya kuliko vile ilivyokua.

Kwa mshangao! Dereva alimwambia mwenzake ni nini ulitumia kuweza kukusanya hiyo ilikua ni glue ya kushikanisha lango.

Ninajua unafikiria kuhusu hadithi ya namna hiyo ya konny. Ninawazia kukabiliana lakini kuna ukweli mkuu kuhusiana na

Kusaidia Kwa Familia

hadithi hii.

Jamii nyingi hupita majira kama ile buthi kila kitu uonekana kuendelea vyema halafu kisha kwa ghafula jambo hutokea kama kifo au talaka na inamonda kila kitu kuwa vipande vipande.

Tunatumia na kuomba kua inawezekana kuwekwa pamoja tena. Lakini kwa upande mwingine tunatambua kua hatuna glue ya kushikamanisha ili iwe jinsi ilivyokua pale mwanzo.

Kisha jambo la pekee lisilotarajiwa hutendeka Mungu huja na kutusaidia kujenga upia familia. Hata itakua kama ile tuliyo kuwa naye hapo mwanzo, lakini hataivyo ni jamii ambayo Mungu imeiweka pamoja kwa ajili yetu.

Tunapaswa kujaribu kwa bidii, kufanya bidii kufaamu kuhusu mengine na kufanya makubaliano, kuna mabadiliko ya kibinafsi, lakini itafaa, kwa mzaada wa Mungu tunaweza kufurahia jamii yetu mpya.

Kusaidia Kwa Familia

HATUA YA MTENDAJI

1. Ni tukio lipi linalodhihirisha familia yako?

   _____

   _____

   _____

   _____

   _____

   _____

   _____

2. Ni shida ipi iliyokuu inayokabili jamii yako?

   _____

   _____

   _____

   _____

   _____

   _____

   _____

3. Ni jambo lipi nitakaloweza kujifunza kutokana na
   mlango huu, litakaloweza kusaidia familia yangu?

   _____

   _____

   _____

Kusaidia Kwa Familia

_____

_____

_____

_____

_____

_____

Mlango Wa 11

Kuwalea watoto wangu walio watu wazima.

Kusaidia Kwa Familia

Waefeso 6:1-3

Enyi watoto watiini wazazi wenu katika Bwana maana hii ndiyo haki (2) waheshimu baba yako na mama yako; Amri hii ndiyo amri ya kwanza yenye ahadi upekee heri ukae siku nyingi katika dunia.

Ni jambo lipi la msingi linalo washikamanisha wazazi na watoto pamoja? Ushikamano wajinzi hiyo hutukia vipi na kudumu muda wote ule maishani?

Watoto wanapaswa kufundishwa mapema kuheshimu wazazi wao. Heshima sio tu jambo la kuzungumzia ila linaweza pia kua ni hali yao ya maisha kama wazazi.

Watoto hujifunza vipi jinsi ya kuheshimu wazazi wao? Kuna mambo mawili ya muhimu sana watoto wanapaswa kujifunza ndiposa waweze kuheshimu wazazi wao. **Jambo la kwanza** siku zote uelekeza kwa jambo la pili.

Ni kwa muda upi mtoto anapaswa kuzingatiwa kua mtoto. Unaposhindwa kuwa na ufahamu wa kutosha kuhusiana na ufafanusi huu ulio muhimuitasababisha machafuko na kukosana kati ya wazazi na watoto.

Hata hivyo wazazi, vijana wanatamani kuendelea kupokea mzaada na pesa pia kutoka kwa wazazi wao lakini hawahitaji kutoka kwa wazazi wao kutoa maamuzi kuhusiana na jinsi wanavyoishi na kutumia pesa walizo nazo.

Kusaidia Kwa Familia

Ni kwa muda upi mtoto anapaswa kutazamiwa kua mtoto? Mtoto anatazamiwa kua mtoto muda tu angali anapokea nafasi kwenye chumba, bima ya maisha, na mzaada wakitanda anaweza kupata kutoka kwa wazazi. Mradi tu angali anawategemea wazazi kwa kujiwezesha katika hali ya kupata mzaada.

Watoto wanapaswa kuendelea kua sio watoto kufika wakati upi? Mtoto apaswi kuendelea kuwa mtoto wakati tu anaanza kujitegemea pasipo mzaada wa wazazi wake.

Uhusianao kati ya wazazi na watoto wakubwa waliochagua kupakia nyumbani kwao.

Ninakumbuka kutoka miaka yangu ya kupalehe matamshi yaliyotamkwa na baba yangu ilinifanya niaandae kupa kwangu, kuandaa ufahamu wangu wa kimamlaka ndani ya boma, na kuwa mtu wa kujitegemea hivi karibuni. Nilimuacha baba yangu mbali sana siku moja.

Baba yangu akaniambia mradi tu unawekelea miguu yako juu ya meza na kula chakula change na kulala kwa shiti zangu basi huna budi ila kufanya kile ninasema kwa nyumba hii. Baba yangu kwa kazi alifafanua uhusiano na mipaka kati yake na mimi.

Sehemu hii ni ya umuhimu sana wakati huu hasa sana marekani na destri za vijana kati ya 18 na 29 wakiwa wangali wanaishi nyumbani na wazazi, na mwezi wa machi 2012 katika Few rearch centre uchunguzi uliyochukuliwa kutokana na kiwango cha wingi wa watu (cps) Graph ilioko

Kusaidia Kwa Familia

chini ikiwa watu wazima (366) kati ya 18 na 31 wangali
wanishi nyumbani na wazazi

Kuna sababu ya kutosha kwamba ni kwa nini umellenia
unaendele kudumu kwa wazazi nyumbani baada ya shule
ya pili/ chuo. Jinsi sababu hii inaweza kua, wazazi
wanapaswa kukumbuka watoto wao wamefanyika watu
wazima; watoto wao wamefika miaka ambayo wanapaswa
kuwa katika hali ya kujitegemea kule nje.

Tamaduni zetu hivi sasa wanawalea watoto
wanaojichagulia mambo. Kila mtoto anapata hali isiyo
sawasishwa ya kufaulu au kushindwa.
Tuanapaswa kuwachochea watoto wetu lakini tunapaswa
tusiwekeze ndani yao hili kuhusu kutokuelewana kuhusu
hali ya maisha. Ulimwengu unatuambia kiwango cha mali
tunayo miliki na vitu tunavyowakabidhi watoto inawafanya
watoto kutarajiwa kupewa kila mara.

Ili ni jambo lisilo nzuri mawazoni tunalo jaribu kutumia
kujenga tabia ndani ya watoto wetu. Watoto wanakua
wakitarajia mengi kila wakati kutoka kwa wazazi, na kwa
njia hiyo wanafanyika wakiwa nyumbani ili wazazi
waendelee kuwapa.

Wazazi walio na watoto wanaosalia nyumbani na
wazazi wao hawapaswi kuchukuliwa kwa mtazamo wa
kwanza ya kua watoto. Ni hekima wazazi kukaa chini na
watoto wao ambao wamekua watu wazima pale nyumbani,
nakufikia ufahamu kuhusiana jinsi mipangilio itakavyokua.

Kusaidia Kwa Familia

Wazazi wanapaswa kufafanua jukumu la kuendeleza uhusiano. Wanapaswa kufafanua kikamilifu kuhusiana na matarajio kwa watoto wao katika kukua kwao wakiwa wamesalia nyumbani.

Lengo kuu kwa wazazi na watoto linapaswa liwe la kujitegemea kua mtoto nje ya boma. Wazazi wanapaswa kusaidia watoto kufikia miisho hiyo.

Wazazi wanapaswa kusisitiza kuwa watoto wakubwa walio salia nyumbani watafute kazi. Kwa maneno mengine, wapate kazi. Watoto wanapaswa kua na bidii katika kufanya utafiti; wa kutafuta kazi na kupata mapato yao ya kuwawezesha.

Wazazi wanapaswa kusisitiza na kupeana usaidizi katika hali ya kupanga bajeti pamoja na watoto wao kufikia kilele cha kujitosheleza kuhusiana na lengo.

Watoto wanapaswa kusaidia kulipia hali yao ya kuwawezesha. Chakula na vitu ugarimu wazazi pesa. Mzazi wa kiume katika nyumba uzidisha maji, stima, na chakula katika garama zake.

Watoto wakubwa wanapaswa kulipia na kukupaliana juma au mwezi kusaidia wazazi na garama, wanapaswa kufanya hivyo sio tu kusaidia wazazi, lakini ikiwa ninjia ya kujieshimu.

Watoto wakubwa wanapasua kujukumika katika hali ya kupanga nyumba yao kuwa safi na kufanya kazi zao.

Kusaidia Kwa Familia

Usafi wanapaswa kusaidia majukumu ya kinyumbani has na kazi yake. Kupanga meza, kupanguza meza, kusafisha vyombo, na kutoa vyombo mezani, kusaidia mama kazi na majuku

Vijan wa kiume wanapaswa kusaidia kuleta nyasi, kuokota uchafu na kusaidia njia ya kumpunguzia baba kazi na majukumu vyema.

Kijana mkubwa anapopakia nyumbani anapaswa aweze kujukumika kwa mambo ya kininafsi. Kutunza nywele, usafi, manukato, coloni, baaya kunyoa kidevu, kujipaka mafuta, wanja, mavazi, snakis na kuendelea haya ni majukumu yake mtoto anayekua. Hawapaswi kutarajia au wazazi kuwafanyia mambo haya kwa ajili yao.

Vijana wakubwa ni lazima wajukumike kulipia gari, bima ya gari, na kuweka mafuta kwenye gari. Wazazi hawapaswi kugaramia mambo haya kwa watoto.

Wazazi wanapaswa kuwa waangalifu kuhusiana na malipo ya gari. Vijana wakubwa huvutiwa sana na magari ambayo wakati mwingine hawawezi kuweza kujimudu. Wazazi umalizia malipo ya gari la watoto wao na gari mapya kuliko yao.

2 Uhusiano kati ya wazazi na watoto wakisha kuwa wazima na kutoka nyumbani.
Inapaswa siku zote watoto wawaheshimu wazazi wao? na je utofauti na uzito kati ya kuheshimu mzazi na kutii wazazi?
Wazazi wanapaswa kusaidia watoto wao wanao kula

Kusaidia Kwa Familia

kifedha baada ya wao kuondoka nyumbani na kujitegemea. Je ni muhimu wazazi kuweka mlango kwa watoto wa kubwa kibnafsi au kifamilia?

Uhusiano kati ya wazazi na watoto wakubwa wanapaswa kupadilisha uwezekano mradi tu watoto wanaondoka nyumbani na kujitegemea.

Jambo kuu kuhusu wazazi na jukumu lao ni kawaandaa watoto kukua, kutafuta vile waishi, kujifanyia wenyewe, famila, na wajifanyie ulimwengu wao.

Hivyo ndivyo watoto wanajukumika kuwaheshimu wazazi? Mradi watoto wangali wanaishi chini ya ufuli wao wazazi, kupokea faida ya wazazi, hali na kuwategemea wazazi na mali yao ili kukutana na mahitaji yao, ni muhimu kuheshimu mapenzi ya wazazi.

Uhusiano kati ya wazazi na watoto wanaokuwa upadilika wakati watoto wanatangaza uhuru wao kwa kuondoka nyumbani nakujitegemea.

Wakati watoto wanafikia kiwango maishani kuhusu kujitunza wenyewe, ni muhimu kuheshimu wazazi wao.
Wazazi wanapaswa kuheshimu hatua hiyo ndani ya watoto na maisha yao na kuwaelekeza kama watu wazima. Wazazi hawapaswi kujidunisha katika upinafsi na maisha ya kijamii na watoto wakubwa.

Wanapaswa kuwaruhusu watoto wao kujifanyia mahamuzi ingawaje mahamuzi inawesa kua isiwe ile wazazi walikusudia itimizwe.

Kusaidia Kwa Familia

Watoto watafanya makosa. Hawataweza kufanya mahamuzi bora, lakini ni lazima wajifunze, kama vile tu wazazi walijifunza, na hii ugarimu muda na ujuzi.

Je wazazi wanapazwa kupeana mzaada wa kifeha kwa watoto wao wakubwa baada ya wao kuondoka nyumbani? Jawabu fubi kwahii ni ndio ikiwa wanahitaji.

Wazazi hawawezi kuepuka ikiwa watapaswa kupea watoto wao pesa wakati wameondoka nyumbani na kujitegemea. Hali hii inaweza kutokea wakati wazazi wanahisi kufurahia kupeana mzaada wa fedha kwa watoto wao.

Kupata usawa kati ya kushikilia na kupeana inawezekana wakati uwe mgumu kwa wazazi. Wazazi wanapaswa wasiwe wa haraka kuhusika wakati watoto wanahitaji la kifedha.

Wakati mwingine kuna uchungu wa kifedha unaokuja wakati umefanya mahamuzi mabaya. Watoto wanapaswa kusikia machungu haya ndiposa wajifunze kufanya maamuzi bora.

Wazazi wanaofanyika benki ya watoto wao watasababisha watoto wao kua na change moto nyingi. Watoto wao pia hawatajifunza jinsi ya kutunza fedha, kutunza familia na kurekebisha hali yao ya maisha. Watabakia wagonjwa katika ulimwengu unaohitaji sana.

Watoto wenye wanafanya bidii, wakisimamia pesa zao

Kusaidia Kwa Familia

vyema kila mara wanafahamu kua kuna muinuko mbele na wanajua jinsi watafika pale kifedha. Watoto wale wanapaswa kujua mama na baba watakuapo wakati wadhiki au matukio ya ghafla dharau.

Wanafahamu kua mama na baba wao sio benki yao lakini mama na baba wanawapenda na hawatapenda kuwaona wakiwa hawana vitu muhimu maishani.

Watoto wale wanafanya bidii kujifunza na familia zao ni ngumu sana watafute mzaada wa kifedha kutoka kwa wazazi wao. Ni jambo ambalo ni gumu sana wao kufika kwa wazazi wakati wa mahitaji.
Lakini jambo moja ni mpaka; ombi litakua ni kwa ihali ya muda sio kila wakati ili isiwe mtindo.

Wakati wazazi wanaleta mzaada wakifedha ili kusaidia watoto wao wakubwa. Wana haki ya kujua mazingara yahitaji na vile pesa hizo sitatumika.
Watoto ambao hawako tayari kuzungumzia hali jinsi ilivyo, hawana shukrani kuhusu kile wazazi wanatazamia kufanya. Na watoto wasio na shukrani kama wao hawafai hata kupokea chochota cha kifedha kwa wazazi.

3. Watoto wakubwa wana jukumu la kuwaheshimu wazazi.

Neno la kiyunani kuhusu kuheshimu linamaanisha udhamana, au kiwango. Kuwaheshimu wazazi ni kuonyesha heshima kuhusiana na kile tunasema na kile tunawatendea. Matukio haya yote huja kulingana na nia ya kutambua kiwango wanacho kishikilia na furaha waliyo pata.

Kusaidia Kwa Familia

Moja wapo za amri kumi kwa **kutoka 20:12** inaweka wazi kua watoto wa viwango vyote katika umri wanajukumu la kuheshimu wazazi wao.

Muheshimu baba yako mama yako, ili siku zako ziwe nyingi katika nchi aliyokupa Bwana Mungu wako.

Agano jipya linasisitisha jambo hili katika Efeso **6:1-3**

Enyi watoto watiini wazazi wenu katika Bwana maana hii ndiyo haki waheshimu baba yako na mama yako amri hii ndiyo amri ya kwanza yenye ahadi mpate kuishi miaka mingi katika dunia.

Watoto ni muhimu wawaheshimu wazazi wao kwa mawazo yao, maneno, na matendo ili ienende katika hali itakayo leta utukufu kwa Mungu.

Wanapaswa kuheshimu mamlaka iliyoko kwa mzazi kwa kusikiliza, na kufuata, ikiwezekana, kwa wazazi wao na mauzia yao.

Hata kama hawatakubaliana na wazazi, ni muhimu wawe na heshima na kusikiliza na kuzingatia yale wazazi wanasema.

Mungu aawaheshimu tu watoto wanao waheshimu wazazi wao. Kuwaheshimu wazazi sio jambo rahisi hivyo na wakati mwingine hatuwezi kuliweza tukitegemea nguvu zetu.

Lakini kuwaheshimu wazazi wetu sio jambo la kuchagua.

Wakolosai 3:20 inatukumbusha kua
Watoto waheshimu wazazi wenu
katika mambo yote, kwa kua hilo ndio

Kusaidia Kwa Familia

bora na linalo mpendeza Bwana

1. Ni shida zipi maishani ninazo kumbana nazo hasa
kuhusu uhusiano wangu na familia yangu?

_____

_____

_____

_____

_____

_____

_____

_____

_____

_____

2. Ni jambo lipi moja linalo kuja mawazoni litakalo nisaidia
mimi na familia yangu?

_____

_____

_____

_____

_____

_____

_____

_____

3. Ni jambo lipi la dhamana nililo jifunza kutokana na mlango huu?

_____

_____

_____

_____

_____

_____

_____

_____

_____

Kusaidia Kwa Familia

Dr. Harris ni mtu hitajika kwa kiwango cha juu kama, kongamano, mapumziko, mhubiri.

Ni mtu amenena kwa state 38 za Marikani, Uropa, Israeli na Africa akiwahudumia hasa zaidi ya mashirika ya kibiashara 400, shule, vyio na Makanisa.

Roy alianza Roy Harris Ministries, mwaka wa 2007 ikiwa ni huduma ya kusaidia na kutia moyo, wachungaji, makanisa, mashule za kikristo, na wafanya biashara wa kikristo.

Roy Harris Ministries, imekua katika kiwango cha juu. Ni huduma inayo jumlisha pasipo kipimo.

❖ Kuishi zaidi ya huzuni.
❖ Kongamano ya wachungaji/ wafanyi kazi.
❖ Uhusiano wa makanisa.
❖ Wainjilisti wa makanisa
❖ Wanandoa kuwana faragha yao.
❖ Pharaga ya wanaume.
❖ Siku ya kuwafikia familia.
❖ Ufufuo wa makanisa ya kimtindo.

Tafuta kwenye Tubut. ww.royharris.info kwa maelezo zaidi na mengi kumhusu Roy na vile anaweza kusaidia kanisa lako, shule au biashara.

Kwa maelezo zaidi uliza Dr. Harris:

Roy @royharris.info (615-351-1425)

www.ingramcontent.com/pod-product-compliance
Lightning Source LLC
Chambersburg PA
CBHW061727020426
42331CB00006B/1137